मनाच्या कोपऱ्यातून...

निखिल

अनुक्रमणिका

प्रस्तावना

२१साव्या शतकाच्या दुसऱ्या दशकात, ऐन तारुण्यात अनुभवलेले किस्से, जग पालटून टाकणाऱ्या घडामोडी, आणि ज्यांचा कुठेही उल्लेख झाला नसेल आणि होणारही नाही अश्या व्यक्ती यांचे बारीक निरीक्षण करून लिहिण्यात आलेले हे पुस्तक. मनाच्या कोपऱ्यातून प्रसंग, व्यक्ती, आणि अनुभव बाहेर काढत मी तुमच्या समोर या पुस्तकाच्या माध्यमातून आणतोय गमतीदार कथा.

कधी निर्जीव पण मानवी जीवनातल्या महत्वपूर्ण घटकांची मनोगते मांडण्याचे, तर कधी अशाच जगावेगळ्या व्यक्तींचे वर्णन कल्पकतेने करण्याचे वेडे प्रयत्न मी या पुस्तकात केले आहेत तुमच्या मनोरंजनासाठी. मी ज्या वस्तू, किंवा व्यक्तींबद्दल या पुस्तकात लिहिलेले आहे, त्या सर्वांबद्दल माझ्या मनात आदर असून निव्वळ करमणूक म्हणून हे पुस्तक वाचावे अशी माझी नम्र विनंती आहे.

हे पुस्तक वाचताना तुम्ही स्मित अथवा सात मजली हसलात तर त्याचे श्रेय मी माझ्या एकट्याला न देता, पुस्तकात नमूद केलेल्या पात्रांना आणि परिस्थितींना देखील देऊ इच्छितो. आयुष्यात उसंत मिळेल तेव्हा तुम्हाला या हलक्या-फुलक्या पुस्तकातील वाचलेल्या छोट्या गोष्टींची आठवण होईल अशी आशा मी करतो.

- निखिल.

सलून उर्फ चावडी

जगात काम आणि विरंगुळा असं समीकरण साधण्यासाठी असलेली जागा बहुदा हेअर सलून हीच असावी. न्हाव्याचा व्यवसाय हा नशीबवान व्यवसाय आहे हे नीट अभ्यासल्यास आपल्याला कळेल. कदाचित आपण आपला काम/धंदा सोडून या व्यवसायात घुसाल असं मला वाटतं. एकदा का हाथ बसला कि मग केस कापता कापता आणि दाढी करता करता गावभरच्या गप्पा मारता येतात. कामही आणि गप्पाही. एका दगडात दोन पक्षी!

शंभर पैकी साधारण नव्वद केश कर्तनालयांत गप्पांना उधाण आलेलं असतं. राजकारण असो, क्रीडा असो, किंवा सिने तारकांच्या भानगडी असोत, हि न्हावी मंडळी अगदी कोणत्याही विषयावर आपला हातखंडा असल्यासारखे गप्पा मारू शकता. शंभरात चुकून एखादाच न्हावी हा अंतर्मुख असावा. कमी किंवा शून्य बडबड करत वाढलेले केस किंवा दाढी काढणारे न्हावी फक्त पुण्यात आढळत असावेत.

कुठून येते इतकी माहिती न्हाव्यांकडे? कदाचित सलून मध्ये टीव्हीला ऊच्च जागेवर स्थान देऊन त्यावर सतत बातम्या बघितल्याने? थोडं आणखीन खोलात घुसल्यावर समजतं कि न्हावी लोक राजकारणी पक्ष्याच्या कार्यालयाच्या अवती भवती घिरट्या घालणाऱ्यांशी चांगलाच परिचय वाढवतात. म्हणूनच गप्पा वजा भानगडींना चांगलीच पालवी फुटते.

समोर कितीही गिराईक आपल्या डोक्यावरचा भार हलका करण्यासाठी ताटकळत बसलेले असोत, एखादं लहान मूल आवडणारी गोळी तोंडात ठेऊन जशी चघळत बसतं तसं हे न्हावी गर्दीचं भान न ठेवता गप्पा चघळत केसांवरून कैची फिरवत असतात. यांना काय माहित आहे

यापेक्षा काय माहित नाही हे विचारा.

घरी बसून टीव्ही बघून तुमच्या न्यानात किती भर पडणार आहे? न्हाव्याकडे जा. तो तुम्हाला टीव्ही मधल्या, टीव्हीच्या बाहेरच्या, आणि अगदी आतल्या देखील बातम्या इथंभूत सांगेल. एखादी नवीन बातमी तो तुमच्याकडून ग्रहण करून घेईल आणि तीच बातमी नंतर आलेल्या एखाद्या गिराईकाला मसाला लावून अथवा मसाल्याशिवाय सांगेल. पण बन्याचदा न्हाव्ह्यांना सगळ्यातलं सगळं माहीतच असतं. तुम्ही काहीही सांगा. तुमच्याआधी ते त्यांना समजलेलं असतं.

कोणी कोणाला लुटले, कोणाची बायको कोणासोबत पळून गेली, वार्डात या वेळेस कोण नगरसेवक म्हणून निवडून येईल, किंवा कोणता मंत्री किती काम करतो आणि किती पैसे खातो, पेट्रोल चे भाव साधारण किती दिवस वाढत राहतील, आणि भविष्यात हवामान कसं असेल, अशे कोणतेही विषय असोत, न्हावी त्यावर सहज बोलू शकतो. नवीन बातम्या झटपट मिळवू शकतो. चहावाल्याने न्हाव्याला चहा आणून दिल्यावर तो पिता पिता गप्पांना आणखीनच उधाण येते.

कदाचित न्हाव्याने आत्तापर्यंत कापलेल्या केसांपेक्षा, त्याने काढलेल्या खबराच अधिक असाव्यात. काही बड्या असामी तर कटिंग, आणि दाढी सोबत बोर्डावर लिहिलेल्या बाकी सेवांचा पण लाभ घेतात. मालिश पण करून घेतात. चेहऱ्याला विविध क्रीम्स लावून घेतात. परंतु त्यातील काही लोक हे सलून मध्ये येताना जसे दिसत होते तसेच सलून सोडताना दिसतात. परंतु हे सगळं करता करता गप्पांची मैफिल मात्र छान रंगते त्यांची न्हाव्याशी. अनेक विषय वारुळातून मुंग्या निघाव्यात तशे निघतात.

सर्व गोष्टींतले सर्वकाही जाणून असणारा, आणि तेल लावून व्यवस्थित भांग पाडून लोकांना हवे तितके सल्ले देणारा न्हावी मला

एखाद्या उच्च पदावर लठ्ठ पगार मिळवत असलेल्या अधिकाऱ्यापेक्षा हुशार वाटतो. बरं, ग्राहकाच्या आवडीप्रमाणे आणि वयाप्रमाणे गप्पा मारण्याचे कौशल्य पण न्हाव्याकडून शिकण्यासारखे आहे. तरुणांचे ट्रेंडिंग विषय असोत किंवा जुन्या जमान्याचा सुवर्ण आठवणी, हा पठ्ठया आपले मत मांडायला एक्दम तरबेज! मुकेशच्या गाण्यांपासून गुरु रंधावाच्या गाण्यानापर्यंत, न्हावी सर्व काही जाणतो. किंबहुना, त्याने जाणायला हवं!

कटिंगला बसताना रडणारी लहान मुलं राहोत किंवा आयुष्याने अनेकवेळा रडवले असल्याने आसवांचा दुष्काळ झाल्यावर गंभीर चेहरा घेऊन वावरत असणारी मंडळी असो, न्हावी सगळ्यांना सांभाळून घेतो. काही वेळा पुरतं तरी!

लॉकडाउनच्या भयानक संकटात खूपच होरपळून निघालेल्यांमध्ये सलून वाले होतेच. लोकांनाही सलून मध्ये जाता न येण्याचा तितकाच त्रास झाला. आतल्या बातम्या मिळवण्याची हक्काची जागा बंद होती. सर्व मार्ग बंद झाले. अर्थात बाहेरच्या भानगडी बंद झाल्या होत्या. जे काही व्हायचं ते चार भिंतीतच आणि ते बाहेर जायचा विषयच नाही.

पूर्वीपासून चालत आल्येल्या सलून्स मधील गप्पांच्या मैफिली लोप पावतात कि काय अशी भीती निर्माण झाली होती. लॉकडाऊन तर हटले परंतु युनिसेक्स सलून्सचं भूत सध्या शहरांना झपाटतंय. अर्थातच आकर्षक मुली केश कर्तनालयात बघायची संधी अनेक मुलांना खुली झालीये. परंतु बातम्या, नव्वदच्या दशकातील गाजलेली गाणी, गप्पांच्या मैफिली, राजकारणावर दीर्घ चर्चा, हे सारं काही घडतच नाही. एखाद्या कोपऱ्यातल्या स्पीकरमधून 'तुझे कितना चाहने लगे हम' अशी अलीकडची गाणी ऐकू येतात. मात्र केस कापणारी ती मुलगी किंवा केस कापणारा तो मुलगा आपले तोंड शक्यतो 'केस कशे कापू' एवढंच बोलण्यासाठी उघडताना आढळतात.

अर्थात मला प्रत्यक्ष युनिसेक्स सलून मध्ये जाऊन अनुभव घ्यावा लागेल. जे कानी आलं त्यावरून हा निष्कर्ष.

मात्र गावाकडे न्हावी आणि गप्पा हे समीकरण अजून टिकाव धरून आहे. कदाचित पूर्वीच्या काळी आणि आतासुद्धा काही ठिकाणी न्हावी लोक स्वतः लोकांपर्यंत जातात आणि केस कापतात. बहुतेकदा बरीच मंडळी पिंपळाच्या किंवा वडाच्या पारावर न्हाव्याला बोलावून आपली कटिंग करून घेतात. पार हे गप्पांचं माहेरघर! अश्या प्रकारे कदाचित न्हाव्यांना आपल्या व्यवसायाच्या माध्यमातून बरीच माहिती गोळा करायची आपसूकच सवय लागली असावी. मग तीच सवय पारावरून दुकानात पण सुरूच राहिली. कारण कटिंगच्या धंद्यात लोकांशी संबंध येतोच. त्या ओघाने बातम्या कानी येतातच. म्हणून बातम्या गोळा करायची आणि गप्पा झोडण्याची सवय लावली गेली नसून ती आपोआपच जडली आहे.

जॉनी वॉकर च्या, 'इस चम्पी मे बडे बडे गुन' या गाण्याप्रमाणे, खऱ्याअर्थाने लोक चम्पीच्या निम्मिताने आपले दुःख काही वेळ तरी विसरतात. जगात काय चाललंय याची दाखल घेतात. मी जे काही बोललो ते समस्थ न्हाव्यांनी गम्मत आणि करमणूक म्हणून घ्यावे ही विनंती.

नमस्कार! मी तुमचा लाडका टेबल.

हो लाडकाच! कारण तुम्हाला हवं ते आणि हवं तितकं गरमा गरम जेवण मागवून माझ्या आधाराने तुम्ही ते मिटक्या मारत खातात. घरी स्वीगी आणि झोमॅटो वरून तुम्ही हॉटेल मध्ये मिळतं ते मागवून घेतातच आजकाल, परंतु हॉटेलात मित्रांसोबत चार गप्पा मारत जेवायची मज्जा काही औरच!

२०२० हे वर्ष खूपच खडतर गेलं आम्हा समस्त हाटेलच्या टेबल आणि खुर्च्यांसाठी. कारण होतं लॉकडाऊन. सतत माझ्यावर काहीतरी सांडायचं. ते फडक्यांनी साफ केलं जायचं. पाणी व चहाचे डाग यांची तर मला सवय झाली होती.

परंतु वर्षभराच्या शांतीने जीव कासावीस झाला होता. केवळ धूळ खात मी २०२० हे वर्ष काढलं. दोन महिने तर स्मशान शांतता होती. नंतर काही माणसं पार्सल घायला यायची. परंतु पार्सल बनेपर्यंत माझ्या समोरील खुर्चीत बूड टेकवून आणि माझ्यावर ढोपर टेकवून, आपल्या हातावर गाल विसावत ते अन्नाची वाट बघायचे आणि बंद पाकिटातील जेवण निमूटपणे घेऊन लगेच निघून जायची. दर वेळेस मी मोठ्या अपेक्षेने त्यांच्याकडे बघायचो. असं वाटायचं कि हॉटेल आता सुरु झालं. पण फक्त पार्सल सेवा चालू झालेली. निराश वाटायचं फार. कोणीही नसण्यापेक्षा कोणीतरी आहे, हाच काय तो दिलासा. परंतु मालकाच्या चेहऱ्यावरील हरपलेले हास्य हे हॉटेल पार्सलच्या जीवावर फार काळ तग धरणार नाही, असंच दर्शवायचे.

गेले कुठे सगळे? झालं काय जगाला? जग बुडी तर नक्कीच नसेल. नाहीतर मीही बुडालो असतो. नंतर माझ्या कानी आलं कि कोरोना नावाच्या विषाणूने मानव जात हादरली आहे.मीही हादरलोच. चार पायांवर उभ्या असलेल्या माझ्यासारख्या जिवाने (निर्जीवाने) हा भयानक प्रकार उभ्या आयुष्यात कधी अनुभवला नव्हता. वाटायचं कि कधी सरणार हे सगळं. मला मिळवण्यासाठी ताटकळत असलेले लोकं गेले कुठे?

माझा भाव वाढवणारी ती reserved ची पाटी आज कुठे धूळ खात पडलीये? काही दिवस माझ्या अंगावरील मखमली कापड धूळ खात पडलेलं होतं. नंतर तेही मालकाने काढून टाकलं. तेव्हा मला खात्री झाली कि हे कोरोनाचं प्रकरण काही साधं नाही. मी आणि माझ्या दोन्ही बाजूला असलेल्या खुर्च्या, आम्ही सारेच समदुःखी. त्या खुर्च्यांना माझी आणि मला त्यांची, तेव्हढीच काय ती निर्जीव साथ. बाकी स्मशान शांतता!

साल २०१९ पर्यंतचे दिवस कसे गेले, काही कळलंच नाही. हॉटेल च्या साऊंड सिस्टिम वर लावलेले मधुर गीत हॉटेलभर घुमायचे. काही लोक आपली डिश येई पर्यंत आपली बोटं गाण्याच्या तालावर माझ्यावर बडवायचे. मला माझाच आवाज कसा आहे हे कळायचं. काही जण अगदी छान ठेका धरायचे. आता मात्र निरव शांतता होती. आवाज फक्त रातकिड्यांचा आणि कधीतरी मालकाच्या गाडीचा.

नाही म्हणलं तरी कितीतरी गोष्टींचा साक्षीदार होतो मी. काहींच्या गुजगोष्टी फक्त मलाच ठाऊक आहेत. जसं कि नवीन लग्न झालेली जोडपी जेव्हा माझ्या जवळ यायची तेव्हा त्याच्या रोमांचित करणाऱ्या गप्पा तासंतास मी ऐकल्या आहेत. कोपऱ्यातील टेबल असल्यामुळे प्रेमी युगुलं आणि नवविवाहित जोडपी मलाच पसंती द्यायचे. त्यांचं ते एकमेकांना घास भरवणारं दृश्य पाहून sunmica च्या आत असलेलं

माझं लाकडी अंग शहारून जायचं.

आपल्या निराशेने ग्रासलेल्या मित्राला किंवा मैत्रिणीला सांत्वन देणारी व्यक्ती मी पहिलीये. त्या व्यक्तीच्या खांद्यावर डोकं ठेऊन रडत असणारे निराश चेहरे मी टिपले आहेत. कधी कधी तर एकट्याच माणसाला कोणाच्या खांद्याच्या आधाराविना गपचूप आसवं गाळताना मी पाहिलंय.

माझ्यावर ठेवलेला, गार होत असलेला चहाचा कप असो किंवा सिगरेट मधून निघालेला धूर, मी या साऱ्याचा साक्षीदार होतो. मालकाने सकाळी देवघरासमोर अगरबत्ती ओवाळत असताना त्याचा धूर पण माझ्यापर्यंत यायचा. धुरा धुरातला फरक मी ओळखू लागलो होतो. व्यापाऱ्यांच्या मिटींग्स असोत, मोठ्या पाट्र्यांचे प्लॅनिंग असो, किंवा प्रत्यक्ष पाट्र्या असोत, सर्व गोष्टी माझ्या कानावर पडायच्या. एखाद्या अत्यंत तणावात असलेल्याच्या अति खाण्याच्या सवयी मी जाणून होतो. भूक भागवणारे आणि जिभेचे चोचले पुरवणारे यांतला फरक देखील मला कळू लागला होता.

जसा जसा पँडेमिक सौम्य होत गेला तसा तसा किचनमधून कूकरच्या शिट्ट्यांचा आवाज घुमू लागला. परंतु जेवण माझ्यापर्यंत न येताच पॅक करून परस्पर पार्सल घेणाऱ्यांच्या हातात जायला लागलं. परंतु धंदा सुरु झाला आणि माणसं दिसायला लागली हे बघून हायसं वाटलं. पँडेमिकच्या काळात कॉर्पोरेट ऑफिसेस मधील माझे बंधूही एखाद्या ओसाड माळरानात असल्यासारखे एकाकी पडले असणार. वर्क फ्रॉम होम मुळे तीकडेदेखील कोणीही ढुमकुन बघत नव्हतं . फरक इतकाच कि ऑफिस मधल्या टेबलांना पैश्यासाठी स्ट्रेस स्वीकारणारी माणसं बघायला मिळायची आणि इथे हॉटेलच्या टेबलांना बहुतेकदा स्ट्रेसमधून विश्रांती घेणारी माणसं बघायला मिळायची.

माझ्या खाली अनेक जोडप्यांनी जे माझ्यावरती चार चौघात करता येत नाही ते केलंय - काही प्रमाणात! आणि मी गेली अनेक वर्ष हे सगळं माझ्या आणि त्यांच्यातच, अगदी गुप्त ठेवलं आहे. माझ्या खालून अनेकांना पूर्वी लाच देताना आणि घेताना मी पाहिलंय. ऑफिसच्या टेबलांजवळची सिक्युरिटी वाढली कि काय म्हणून हि दोन नंबर पैसे कमावणारी मंडळी आता हॉटेलच्या टेबलाचा देखील वापर भ्रष्ट कामांसाठी करू लागली होती. जर कोणी वृद्ध मंडळी जमले तर त्यांच्या तासंतास हल्लीच्या राजकारणावर केलेल्या टीका मी टिपल्या आहेत. त्यांचा तो 'त्या जमान्यातले राजकारणी, साहित्यिक, संगीत, चित्रपट, कलाकार, किंवा निसर्ग यांची मज्जा काही औरच होती,' असा सूर मी ऐकलाय.

काही महिन्यांनंतर सर्वकाही पूर्व पदावर आलं आणि जीवात जीव आला. मालकाच्या चेहऱ्यावरील हास्य पाहून आपली जागा या कोपऱ्यात अजून काही वर्ष अबाधित आहे, हे लक्ष्यात आलं. वेटर्स करवी पुन्हा मला मखमली कापड पांघरून जणू मालकाने माझा जीवन गौरव पुरस्कार देऊन सत्कार केला, असं मला वाटलं. लोकं येऊ लागली. माझा भाव वाढला. कधी कधी reserved नावाची पाटी देखील माझ्यावर येऊन बसायला लागली.

गेली अनेक वर्ष मी तुमच्या प्लेट्स घट्ट धरून ठेवल्या आहेत माझ्या पाठीवर. असंच अनेक वर्ष मला करायचं आहे. जीर्ण होईपर्यंत. माझे चारही पाय धडधाकट असेपर्यंत. मला दुसऱ्या टेबलनी रिप्लेस करेपर्यंत. कदाचित मला तोडून त्याच मटेरियलनी नवीन टेबल बनवला जाईल. तसं झालं तर चांगलंच आहे. तेवढीच आणखीन काही वर्ष सेवा घडेल ताटं धरून ठेवायची.

चांद्रीआडचा माणूस 2016

मला रोज सकाळी उठल्यावर गाडी काढून त्यातलं पेट्रोल उगाचंच जाळत एक चक्कर मारून यायची सवय काही वर्षांपूर्वी लागली. संध्याकाळी सिंगल्स का आशे रिकामे फिरतात हे तुम्हाला वेगळं सांगायला नको. पण माझ्यासारखा सिंगल सकाळी विनाकारण असा फिरतो म्हणजे तो एकतर बेरोजगार असला पाहिजे किंवा लेखक असला पाहिजे किंवा दोनीही. कारण इतर कॅटेगरी वाले रिकामे सिंगल्स एकतर झोपतात किंवा pub g खेळत बसतात.

सकाळी उठण्याची वेळ फिक्स नसल्याने मी रोज वेगवेगळ्या वेळात बाहेर पडतो. गाडी चालवत असताना मला दिसतात ती ऑफिसला जाणारी माणसं. काही लोक मुलांना शाळेत सोडायला जात असतात, काही दुकान उघडायला, काही दुकानातून सामान आणायला, काही पाट्या टाकायला, तर काही पाट्या टाकणाऱ्यांवर नजर ठेवायला. मला मात्र मी रोज का गाडीवरून चक्कर मारतो ते समजलंच नाही. त्यामुळेच कदाचित माझा फिरण्याचा मार्ग रोज बदलत होता.

पण एवढ्यातच मला मी रोज का फिरतो याचा purpose सापडला. एका चादर विकणाऱ्याकडे माझी नजर गेली तेव्हा मला उमगलं कि मी फिरतो ते कन्टेन्ट गोळा करायला. तो bike वरून चादरींचा ढीग घेऊन रोज कुठेतरी ते विकण्यास जात होता.

एक दिवस माझी गाडी झोपडपट्टी हटवून त्या लोकांना राहण्यासाठी नवीन बिल्डिंग बांधलेल्या एरियाच्या रस्त्यावरून हळू हळू जात होती. बरं वाटलं. नंतर थोड्या अंतरावर घरं कमी आणि झाडं जास्त असा scene बगायला मिळाला. बरं वाटलं. तेव्हाच माझ्या समोरून हा चादरी विकणारा क्रॉस झाला. त्याच्या गाडीवर असलेली चादरींची

संख्या बघून नक्कीच या माणसाच्या आयुष्यात मित्र, मुली, नातेवाईक आणि शत्रू या सगळ्यांपेक्षा चादरीच जास्त आल्या असाव्यात असं समजलं.

सुरुवातीला माझा असा गैरसमज झाला कि चादरीच या माणसाला गाडीवरून गाडी चालवत गरम उन्हातून त्याला घामाने ओला करत कुठेतरी कैद करून घेऊन चालल्या आहेत. पण हॅन्डल जवळील चादरीला फुटलेला एक हात जेव्हा ब्रेक वर आणि दुसरा हात escalator वर मला दिसला तेव्हा मला ती गाडी एक माणूस चालवत आहे हे समजलं.

एखादा उंदीर बाहेर बोका तर नाही ना आला हे चेक करण्यासाठी बिळातून आपलं डोकं जसं बाहेर काढतो तसं या व्यक्तीने आपलं डोकं आणि चेहरा त्या चादरींमधून बाहेर काढलेला. त्याने गॉगल लावला असल्याने त्याचे expressions उंदरासारखे होते कि नाही हे मला टिपता आलं नाही. त्या bike वर त्या व्यक्तीचे हात, डोकं, चेहरा आणि gear आणि ब्रेक वरील चादरींनाच फुटलेले असावेत असे पाय, हे सोडून नुसत्या चादरीच चादरी दोरीने बांधल्या होत्या. scientists जसे चंद्रावर पाण्याचं अस्तित्व शोधतात तसा मी त्या गाडीवरच्या चादरींच्या गर्दीत माणसाचे अस्तित्व शोधत होतो.

एक दिवस योगायोगाने मी त्याच वेळेस आणि त्याच रस्त्यावरून जात असताना तोच व्यक्ती मला दिसला, परत एकदा. या वेळेस त्याने गॉगल घातलेला नव्हता. अपेक्षेप्रमाणे त्याचे expressions उंदरासारखे नसून वाघासारखे होते.

तो आपल्या bike वरून वेगवेगळ्या रंगांच्या चादरी नेत नसून २ - ३ आकर्षक तरुणींनाच घेऊन मिरवत आहे, असा त्याचा attitude होता. त्याचा चेहरा असं सांगत होता कि हे तर काहीच नाही, माझ्या

godown मध्ये भारताच्या वाढत्या लोकसंख्येला पुरतील एवढ्या चादरी आहेत. सकाळी match बघत घरी बसल्याने मी रात्री petrol जाळत असताना एकदा तो मला रात्री चादरी विकून घरी जात असताना दिसला. मग मला अनेकवेळा तो रात्री पण दिसला. कधी तो पूर्ण चादरी विकून येत असे तर कधी नाही. जेव्हा त्याच्या सगळ्या चादरी विकल्या जायच्या तेव्हा त्या वेळेसचा त्याच्या चेहऱ्यावरचा आनंद हा २ - ३ सुंदर तरुणींना घेऊन आपल्या कार मधून लॉग ड्राईव्ह मारत, डिनर करून late night movie बघून त्या मुलींना घरी सोडून आल्यानंतर एखाद्या युवकाच्या चेहऱ्यावरचा आनंद कसा असेल, अगदी तसाच होता.

अजून characters च्या शोधत आहे मी. कदाचित पुढच्या वेळेस तुमच्यासमोर एक नवीन व्यक्ती घेऊन येईल. या माणसाबद्दल अजून काही सापडल्यास आणि सुचल्यास माझी पोस्ट मी एडिट करून त्यात अजून शब्दांचे महाल बांधण्याचा प्रयत्न करेल आणि save करून update करेल.

धन्यवाद.

'चादरीआडचा माणूस' हा लेख या आधी 'लोकराजा दिवाळी विशेषांक २०१९' च्या मासिकात प्रकाशित झालेला आहे.

निवांतपणाचा कळस

जगात उघड्या डोळ्यांनी वावरत असताना तुम्हाला अनेक प्रकारची माणसं भेटतात. काहींच्या बोलण्या, चालण्या आणि काम करण्याच्या वेगापुढे मी तग धरू शकलो नाही आणि काहींच्या गोगल गाईपेक्षा हळू वर्तनाने माझ्या संयमाचा बांध फोडला. अशाच एका ढिल्ल्या प्रवृत्तीच्या मित्राची गोष्ट.

अगदी तासाभरात येतोच या शब्दावर मी माझं घर सोडलं. संध्याकाळचे ५ वाजत होते. मला माझ्या मित्राच्या ढिल्ल्या स्वभावाचा चांगलाच परिचय होता. म्हणूनच एक तास लागेल असं सावधपणे घरी सांगून मी त्याच्याकडून ४० मिनटात घरी परतणार होतो. रिकामा वेळ असेल तेव्हा हा इब्लिस सांगेल तितका वेळ घालवायला मी तयार होतो. परंतु काही कामानिमित्त मला लवकर परतावं लागणार होतं. पण त्या दिवशी मी त्याला भेटण्याची घोडचूक करून बसलो.

त्याच्या शांत स्वभावाचं वलय मला त्याच्या घरापासून १ किलोमीटर आधीच जाणवायला लागलं. माझ्या गाडीचा वेग आपोआपच कमी झाला. माझं मन आतून स्थिर झालं. गाडी लावून मी द्वार उघडताच महाशयांची प्रसन्न चर्या मला दिसली. डावा हाथ कानाजवळ आणि चेहऱ्यावर स्मित हास्यं बघून तो नक्कीच कुठल्यातरी देखण्या ललनेशी smarphone वरून संवाद सादत असावा याची मला खात्री झाली. तो प्रसन्न असला तरी मी मात्र माझ्या कपाळावर हाथ मारून घेतला, मनातल्या मनातच. तो तिच्याशी आता किती वेळ बोलतो याच चिंतेत मी त्याच्या झोपाळ्याकडे वळलो.

हा व्यक्ती जर त्याच्या मित्रांशी २-३ तास सहज फोनवर बोलवून घालवू शकतो तर एका मुलीशी तो नक्कीच मध्यरात्रीपर्यंत बोलू शकतो या मतावर मी ठाम होतो. त्याने कोणाशी किती बोलावं हा सर्वस्वी त्याचा प्रश्न असला तरी आपल्या बोलण्याने समोरचा किती वेळ तिष्ठत आहे याचं भान त्याला आजपर्यंत कधी आलं नव्हतं ते आज अचानक थोडी येणार होतं. मी त्याच्या शेजारी जाऊन बसलो आणि आम्ही हातमिळवणी केली. त्याचा डावा हाथ फोनवर आणि माझा उजवा हाथ मनातल्या मनातच माझ्या कपाळावर. अशेच २० मिनिट गेले. तेवढ्या वेळात आजूबाजूच्या सोसायटी न्याहाळणं, whatsapp चेक करणं आणि माझ्या शर्टाला चिगटलेल्या perfume चा वास घेत बसणं अशी धडपड करत, कंटाळून, मी पुन्हा त्याने फोन ठेवण्याची वाट बघू लागलो.

शेवटी २० मिनिटं बोलून झाल्यावर माझ्या निवांत मित्राने फोन ठेवला आणि मी सुटकेचा निश्वास सोडला. आम्ही एकमेकांना खुशहालीचे प्रश्न केलेत आणि लगेचच हा चौकोनी चेहऱ्याचा शिथिल माणूस उठून उभा राहिला. सदरा बदलून येतो म्हणत माझ्या उत्तराची वाट न पाहताच तो घरात निघून गेला. मी मनात म्हणलं, असाही वेळ झालाच आहे तर मैदानावर जाऊन अर्धा तास गप्पा मारू (फक्त अर्धा तास) आणि मग जाऊ घरी. तसंही वेळ होईल हे मलाही माहीतच असावं. त्यानं अंगातला सदरा काढायला आणि नवा सदरा घालायला तब्बल २० मिनिटे लावलीत. मी त्याला मनातल्या मनातच काढण्या-घालण्या संबंधित सर्व प्रचलित शिव्या घातल्या. त्याच्या घरच्यांसमोर उघडपणे शिव्या घालायची सोय नव्हती. स्वतःचं स्वयंवर असल्यावर एखादी मानी राजकन्या जसा भाव खाते तसाच तो भाव खात होता.

त्याच्या मातोश्रींनी मला खिडकीतूनच चहा घेण्याची फर्माईश केली. नाही म्हणलं तरी मला ती मोडता आली नाही. मी चहा पीत असताना

साहेब उठले आणि परत घरात गेले. नेहमीचीच दिरंगाई, म्हणून परत आपसूकच माझा हाथ कपाळाला टेकला. कपात एक आयुर्वेदिक काढा घेऊन ती बारीक आकृती माझ्या शेजारी बसली. आकाराने लहान असलेल्या अर्धा कपभरून आणलेला काढा त्याने हलवीत, जमेल तितक्या शांततेत तो ग्रहण केला, पूर्ण १० मिनिटभर. आता मात्र न राहवून मीच त्याला 'चलायचं का?' म्हणून इशारा केला. नेहमीच्या शैलीत "अरे बस की," असं न म्हणत त्याने मलाच "थांबायचं कशाला?" असा प्रति प्रश्न केला. एका अर्थाने ते बरंच झालं. द्वारा बाहेर पडताच त्याने, "गाडी काढ" असा इशारा मला केला. त्या वेळेस तो तिन्ही लोकांचा दिग्विजयी राजा आणि मी त्याच्या रथाचा सारथी असल्याचा अविर्भाव त्याच्या मुद्रेत मला जाणवला. जणू काही तो "रथ तयार आहे का " असंच मला विचारीत होता.

अखेर आम्ही ठरलेल्या मैदानावर प्रेक्षकांच्या खुर्चीवर जाऊन बसलो. मैदान क्रिकेटच्या अनेक सामान्यांनी गजबजलेलं होतं. काही जण फुटबॉल तर काही जण पळायची शर्यत लावत होते. काही मंडळी मैदानाभोवती भ्रमण करीत होते तर काही आमच्यासारखेच रिकाम्या गप्पा मारायला आलेले. अवघ्या ५ मिनिटात आमच्या चौकोणी साहेबांना परत फोन आला. आमच्याच एका मित्राने याला फोन केला होता. आता २० मिनिटे गेलीत समजून मी सूर्यास्त आणि मैदानावरचे खेळ निरखू लागलो. त्याने लगेच फोन ठेवला म्हणून मला आनंद झाला.

पण तो आनंद मावळत्या सूर्याबरोबरच मावळेल असं मला वाटलं नव्हतं. "फोन वरील मित्राच्या मातोश्रींचा वाढदिवस आहे आणि त्यासाठी आपल्याला केक आणायला जायचं आहे", असं सांगून तो उठला. मीही उठलो. माझ्या रोजच्या संपर्कातील मित्र नसल्याने मी त्याला तूच जा म्हणून त्याचा निरोप घेऊ लागलो. मला अडवत त्याने,

"फार वेळ लागणार नाही, आपण १० मिनिटात केक आणून त्याच्या आईला भेटून wish करू आणि नंतर मग जेवायला जाऊ " असं फर्मान केलं. "जेवण" म्हणल्यावर मी होकारार्थी मान डोलवली. त्याने माझा weak point ओळखला. राजकारणाचे गुण त्याच्या रक्तातच आहेत. उशीर झाला होता आणि घरी जाऊन माझं काम होणार नाही याची मला खात्री झाली. परंतु जेवत-जेवत गप्पांची मैफिल रंगणार म्हणून मी खुश झालो.

रथ हाकत मी आमच्या मित्राकडे नेला. ढिल्ला बादशाह मंद गतीने पण ऐटीत खाली उतरला. आम्ही द्वारापाशी आमच्या मित्राच्या येण्याची प्रतीक्षा करू लागलो. गेल्या दीड तासापासून प्रतीक्षाच माझ्या नशिबी आली होती. 'हा गृहस्त पण गोगल गाई समान शांत तर नाही ना? 'असा प्रश्न माझ्या मनात चमकला. तेव्हाच आमचा मित्र अनपेक्षित अश्या जलद गतीने पावलं टाकीत आमच्यापाशी आला. त्याच्या चालण्यावरून माझा अनुमान चुकीचा ठरला. त्याने जेव्हा बोलायला सुरुवात केली तेव्हा मला खात्री झाली की हा व्यक्ती काही ढिल्ला नाही. परंतु हि खात्री काही वेळातच फोल ठरेल असं मला त्या वेळेस नाही वाटलं.

त्याचा शब्द फेकण्याचा वेग आमच्या या संथ वाहणाऱ्या नदीसमान असणाऱ्या चौकोणी प्राण्यापेक्षा अनेक पटीने जास्त होता. मी नेमकी शितावरून भाताची परीक्षा केली आणि फसलो. त्याच्या sharpness चा आणि तत्परतेचा अनुमान त्याच्या चालण्या-बोलण्याच्या वेगावरून लावण्याची चूक मी करत होतो. त्याची चेहऱ्यावरील दाढी आणि डोक्यावरील केस म्हणजे खोडून काळा झालेला खोडरबराचा भाग आणि उर्वरित चेहरा म्हणजे खोडरबराचा सफेद भाग, अशी त्याच्या मस्तकाची ओळख मी नव्याने तयार केली. केकसाठी पैशे घेऊन येतो म्हणून हा नटराजच्या खोडून खोडून गुळगुळीत झालेल्या

खोडरबर सारखा दिसणारा मित्र घरात गेला आणि चक्कं १५ मिनिटांनी बाहेर आला!

तेवढ्या वेळात पण माझ्या चौकोणी सवंगड्याने एका अप्सरेला फोन लावला आणि मी 'ही काही वेळापूर्वी बोलत असलेली 'ती' आणि आत्ताची 'ती' तीच का वेगळी?' याचा अनुमान लावण्यात १५ मिनिटे व्यर्थ घालवलेत, माझ्याही नकळत. त्याने कोणाशीतरी आपली बोलणी पुढे नेली एवढं मात्रं निश्चित होतं . या बाबतीत हा पठ्ठ्या कुशल आणि तत्पर होता.

अखेर आम्ही जवळच्या बेकरी मध्ये केक आणण्यासाठी निघालो. बेकरी माझ्या सुदैवाने जवळच होती. परंतु चौकोणी फास्यात (Dice) आणि गुळगुळीत खोडरबरात (eraser) मी माझा चेहरा कसा आणि कोणासारखा दिसतो हे विसरून गेलो.

गप्पा चालू होताच रबराचा राजकीय मित्र त्याला आमच्या मार्गातल्या राजकीय कार्यालयाबाहेर भेटला. गप्पा थांबत नाहीत हे बघून मी फास्यासोबत पुढे जाऊ लागलो. आम्ही केक च्या दुकानात जाऊन पोहोचलो तरी महाशयांचा पत्ता नाही. राजकारण प्रेमी कोणत्याही प्रसंगी राजकारणाबद्दल वेळेचं भान विसरून बोलत असतात. १० मिनिटे झालीत आणि साहबांचा पत्ता नाही म्हणून मी फास्याला त्याला फोन करायला सांगितलं. लगेच येतो म्हणून रबराने आणखी २० मिनिटे घालवलीत. त्याने राजकीय कार्यालयावरून आपला मोर्चा न्हाव्याकडे वळवला आणि त्याच्याशी गप्पा मारून मग तो केक वाल्याकडे आलेला. तो २० मिनिटमध्ये आला त्याचं कारण म्हणजे फास्याने त्याला "केक संपलेत रे" असं सांगून लवकर येण्यास भाग पाडलं. नाहीतर हा गुळगुळीत रबर अनेक प्रकाश वर्षांनीच परत आला असता.

तो येईपर्यंत फासा केक वाल्याशी गप्पा मारत होता. रबर आल्यावर फासा, रबर आणि केक सारखाच दिसणारा केक विक्रेता यांच्यात गप्पांना पूर आला. दुकान कधी बंद होतं, दुकानाचा मालक कोण, तू याला ओळखतोच का, तू त्याला ओळखतो का, हा नगरसेवक आपला मामा, तो आमदार आपला काका .... etc etc अशा अनेक पारंपरिक विषयांवर गप्पा झाल्या. त्या राहू आणि केतू मध्ये माझी अवस्था अतिशय बिकट झाली. मी सारखा मोबाइल मध्ये किती वाजलेत ते बघत होतो. ४० मिनिट बोलून मग आम्ही अखेर पुन्हा रबराच्या घरी आपला मोर्चा वळवला.

फास्याला मी निघतो असं सांगून मी पळ काढला असता पण फासा माझ्या गाडीवरून आल्याने त्याला घरी सोडल्याशिवाय माझ्याकडे काही दुसरा पर्याय नव्हता. आम्ही रबराच्या ४ मजली बंगल्यात प्रवेश केला. त्या प्रशस्त घरात राहणारी सगळी माणसं रबरासारखी दिसत नव्हती. रबराने केक स्वयंपाकघरात नेऊन ठेवला.

रबर, फासा, गल्लीतली बाकी मित्र मंडळी आणि मी गप्पा मारू लागलो. गप्पा मारण्यात किंवा ऐकण्यात माझं मन लागत नसून ते केवळ भिंतीवरच्या घड्याळात गुंतलेलं होतं. केक आला तर एवढी दिरंगाई का? असा प्रश्न मला पडला. रबराच्या मामाची सर्वजण वाट बघत होते. २० मिनिटे वाट बघितल्यानंतर मामा आला. मामा आला आतातरी केक कापला जाईल, या माझ्या कल्पनेचा भंग झाला. लांबुळक्या चेहऱ्याचा मामा आल्याने गप्पांना आणखीनच उधाण आलं. केक जवळपास ५० मिनिट स्वयंपाकघरातच तिष्ठत होता. अखेर केक टेबलवर ठेवण्यात आला. एक एक करून घरातील मंडळी बाहेर आली. बायकांनी घर गजबजून गेलं. 15-20 जणांच्या गर्दीत केवळ मलाच वर्तमानात राहणं कठीण झालं होतं. माझी नजर सतत भिंतीवरच्या घड्याळावर जात होती. माझ्या नजरेने घड्याळातले काटे

जोरात फिरले असतेही कदाचित पण या रबराच्या कुटुंबाची दिरंगाई मोडून काढणे माझ्या हाता बाहेरची गोष्ट होती.

आता सगळे आलेत तरीही केक कापण्यात व्यत्यय होतोय याचं कारणं मला काही केल्या कळेना. सगळे जण आणि सगळ्या जणी एखाद्या दारूच्या अड्ड्यावर जसे अस्सल दारुडे मद्य प्राशन करण्यात दंग होतात तसे गप्पांच्या मैफिलीत दंग झालेले. त्या हॉल मध्ये घड्याळ आहे ही जाणीव फक्त मलाच होती. अखेर सर्वांनी केक कापायचा निर्णय घेतला तेव्हा तिथे बर्थडे गर्ल पेक्षाही त्या क्षणी कोणी सुखी असेल तर तो मी होतो. केक रबराच्या मातोश्रींनी कापला. एक एक जण येऊन काकूंना केक भरवायला लागला. एक एक करून महिला मातोश्रींना ओवाळत होत्या. अशा डोळे दिपवणाऱ्या सोहळ्यात माझे डोळे मात्र वेगाने फिरणाऱ्या घड्याळाच्या काट्याने दिपवले. एक जण येई, काकुंशी १० मिनिटे बोलून मग केक भरवी. अशे १० -१५ जण आलेत. मग फोटो काढण्याचा कार्यक्रम. मुली काकुंसोबत सेल्फी काढू लागल्या. या सगळ्या गडबडीत चौकोणी फासा आणि रबर एवढे मग्न होते कि त्यांना गाठून मी निघतो असं सांगायची पण सोय राहिली नाही.

हा सर्व प्रकार पाहून माझं कपाळ थंडीच्या दिवसात घामाने व्यापून गेलं. सगळे मातोश्रींना भेटून झाल्यावर आम्ही काकूंना wish केलं आणि आता मात्र मी निघतो असं चौकोणी फास्याला मी निक्षून सांगितलं. परंतु माझे हे उद्गार रबराच्या कानी पडले आणि त्याने पाव भाजी खाऊन जा असा आग्रह केला. एकतर बाहेर जेवायचा बेत आणि त्यात 'हो 'बोललोच तर पाव भाजी मिळायला अजून ३० हजार प्रकाशवर्ष लागतील म्हणून मी त्याला सरळ नाही बोललो. परंतु त्याची मातोश्री स्वतः सगळ्यांना आग्रह करू लागली तेव्हा मी त्या माऊलीला नाही म्हणू शकलो नाही. खरंतर त्या माऊलीची यात काहीच चूक

नव्हती. तिला तरी काय माहित की आपल्या वादिवसाला अचानक आलेला एक इसम कोपऱ्यात बसून वैतागला आहे. दोष माझाही नाही, चौकोणी फास्याचा नाही आणि गुळगुळीत रबराचाही नाही. होनी को कौन टाल सकता है?

अचानक माझं लक्ष्य सायलेंट असलेल्या माझ्या फोनच्या दिशेने गेलं. परंतु फोन खिशात न्हवता! मला आणखीनच घाम फुटला. घाम येण्याचं कारण तेवढ बदललं.

माझी नजर सर्वत्र भिरभरु लागली. मी फोन सापडत नाही याची वाच्यता करणार तेवढ्यात मला माझा फोन दिसला. ज्या गादीवर आम्ही सगळे बसलो होतो त्याच गादीवर रबराच्या मामाच्या "विझार घातलेल्या" नितंबाखाली अर्धा फोने असल्याचा मला आढळला. फोनचा उर्वरित अर्धा भाग बाहेर आलेला. मामा उठून त्याच्या बहिणीजवळ जाताच आणि फोन ताब्यात येताच मी फोन बघितला तर त्यात घरच्यांचे १० मिस कॉल आलेले. माझ्या फोन भोवतीचं जग गर गर करू लागलं. मी कॉल बॅक केला. 'जेवायला मी नाही येत' असं माझं डळमळीत मत सांगून 'मी लवकरच येतो' असं बोललो. पावभाजी अपेक्षेपेक्षा उशिरानेच समोरच्या टेबलावर आसनस्थ झाली. चौकोणी फासा माझ्या कानात "थोडंच खा" असं पुटपुटला. मी लगेच "सांगायची गरज नाही" असं त्याला उत्तर दिलं. जेवायला जायचं असं आमचं ठरलं होतं. आत्तापर्यंत माझी नजर घड्याळावर होती पण खाण्यात गुंग झाल्याने बऱ्याच वेळाने मी फोनवर टाइम चेक केला. रात्रीचे ११ वाजले होते. भिंतीवर असलेलं घड्याळ अचानक बंद पडलं होतं. त्यात ९ वाजले होते.

खाणं संपवून मी खडबडून उठलो. गप्पात रंगलेल्या फासा आणि रबर यांचा निरोप घेतला. त्यांचंही खाऊन झालेलं होतं. त्या दोघांच्या आग्रहाला बळी पडणं मला परवडणार नव्हतं. फासाही आता जाणून

होता की जेवणाचा बेत रद्द करावा लागणार. फासा, मी आणि रबर अशे तिघे खाली उतरलो. ह्या दोन गाढवांच्या खालीही गप्पा चालू झाल्या. मी फास्याला इशारा केला. त्याने तू जा मला कोणीपण सोडेल असा तीक्ष्ण बाण माझ्यावर सोडला. ज्याच्यासाठी एवढा वेळ थांबलो तो असं बोलतोय हे ऐकून मी भरून पावलो. जाता जाता निर्लज्जपणे, 'उद्या ये आपण तिघे उद्या जाऊ जेवायला' असं फासा उद्गारला.

असा हा जन्म सोहळा कोणत्या नावाजलेल्या राजाच्या राज्याभिषेकापेक्षा माझ्यासाठी कमी नव्हता. गाडीने रबराचा राजमहाल मागे टाकताच माझी जीवनशैली वेगवान झाल्यासारखी मला जाणवली. जणू काही मला कोणी तरी वश केलं आणि माझ्या सभोवतालचं जग slow मोशन करून टाकलं असं मला वाटत होतं. रात्री १२ वाजता मी घरी पोहोचलो. घरी गेल्यावर मी माझ्यासाठी न बनवलेल्या जेवणासोबत घरच्यांच्या शिव्या खाणार होतो. अपेक्षेप्रमाणे घरचे न चिडता बरेच सौम्य होते. परंतु मीही त्यांना झाल्या प्रकाराबद्दल सर्व माहिती दिली. तेव्हा घरात थोडासा हशा पिकला.

मी ठरवलं तर माझ्या मित्राचा प्रतिकार मोडून काढला असता. त्याला सरळ माझ्या कामाचं गांभीर्य आणि त्याच्या ढिल्लेपणाबद्दल सुनावलं असतं. त्याला शिव्या हासडून मी कोणत्याही क्षणी निघून आलो असतो आणि आपल्या कामाला लागलो असतो. आणि असं मी अनेक वेळा केलंही होतं. त्याचा त्याच्यावर परिणाम झाला नव्हता. पण मीही अनेक वेळा त्याला "नाही" म्हणत वेळोवेळी प्रतिकार केला होता. पण त्या दिवशी मी स्वतःला चाललेल्या घटनांच्या स्वाधीन केलं. मी असं का केलं याचं उत्तर माझ्यातल्या लेखकाने दिलं. जर मी तिथून पळ काढला असता तर ही गमतीदार गोष्ट मी लिहू शकलो नसतो.

त्या दिवसानंतर मी चौकोणी फास्याला अनेक दिवस भेटलो नाही. आपली सर्व कामं करून मग मी आमचा बऱ्याच दिवसांनी रखडलेला जेवणाचा बेत परत जुळवून आणला. रबराच्या संपर्कात मात्र येण्याचा योग अजून काही त्या दिवसानंतर आला नाही. पुढल्या वेळेस मात्र या रबराच्या सुस्त आणि ढिल्या कारभाराला मी बळी पडणार नाही हे मी निश्चित सांगू शकतो. आयुष्यात निवांतपणा आणण्यासाठी मी चौकोनी फास्याला अधून मधून आजही आवर्जून भेटतो.

नाशिक मधील बेरकी वाहन चालक

संध्याकाळची वेळ. मी मित्राच्या कार मध्ये झोपलेलो. तेवढ्यात कानाजवळून एक रेल्वे इंजिन गेल्याचा आवाज आला आणि मी उठलो. उठण्याआधी क्षणभर असं वाटलं कि मी ट्रेन मध्ये आहे आणि शेजारून एक भरधाव ट्रेन चालली आहे. उठल्यावर समजलं कि तो आवाज इंजिन एवढा मोठा नसून एका motorcycle चा आहे. "नाशिक आलं" मी मनातल्या मनात बोललो.

मला त्या वेळेस नक्की आपण कुठे आहोत ते बाहेर बोर्ड बघून किंवा मित्राला विचारून घ्यायची गरजच पडली नाही. आपल्या दुचाकीला गाडी चालक एक दुचाकी न समजता रेल्वे इंजिन समजून मोठ्याने आणि अविरत हॉर्न वाजवत आपल्या बापाचा रास्ता असल्या सारखा आव आणीत चालवत असल्याचं पाहून मी खात्री केली - आपण नाशिकला पोहोचलो. अगदी २-२ किलोमीटर पर्यंत हे इरसाल दुचाकीचालक हॉर्नचं बटण नाही सोडत. आपल्या समोरचा रस्ता युद्धभूमी आहे आणि आपण समोरून येणाऱ्या सैनिकांना हिमतीने अंगावर घेत आहोत असाच अविर्भाव हॉर्न वाजवणाऱ्यांचा असतो. त्यांच्या गाडी समोरचा गाडी चालक "सरकला नाही तर चिरडला" असा आसुरी आणि भयंकर आवेश यांचा असतो.

एखादा कुशल योद्धा आपल्या तलवारीने शत्रू कपात जातो आणि युद्धाचे मैदान साफ (शत्रूमुक्त) करीत जातो तसे हे आपल्या गाडीने रस्ता साफ (इतर वाहने बाजूला सरकावणं) करतात असं त्यांना उगाच वाटत असावं. पण वास्तविक हे काम ॲम्ब्युलन्सचं हे ह्यांना कधी कळत नाही. आणि समोरचा गाडी वाला तेवढाच निगरगट्ट. म्हणून हॉर्न वाजवत राहण्याचा आणखीनच चेव या इरसाल योद्ध्याला चढलेला असतो.

१-२ किलोमीटर पर्यंत हॉर्नचं बटण न सोडण्याबरोबरच आणखीन एक विलक्षण प्रकार इथल्या वाहतुकीत प्रकर्षाने दिसून येतो आणि भोगायलाही लागतो. तो म्हणजे २-२ किंवा ४-४ किलोमीटर पर्यंत wrong side ने आपली मोटारसायकल अथवा मोपेड चालवणं. ट्रॅफिकचे नियम फाट्यावर मारण्याचा एक दुसरा प्रकार! आणि ह्या प्रकारात कधी कधी चार चाकी वाले पण निर्लज्जपणे सामील होतात. नाशिकच्या रस्त्यांवर विशेष करून सायकल चालवताना एखादा बिबट्या अचानक समोर आल्याने जेवढी भीती वाटणार नाही तेव्हडी एखादी २- व्हिलर किंवा ४ व्हिलर wrong side ने समोर आल्यावर वाटेल. हे कमीच कि काय म्हणून रात्रीच्या वेळेस काही काही आगाऊ wrong side bikers गाडीचा दिवा लावत नाही (किंवा बिघडलेला दिवा लवकर दुरुस्त करत नाहीत.)

माझी नाशिकच्या रिक्षाचालकांशी वैयक्तिक दुश्मनी नाही पण म्हणून मला जे दिसलं ते मी बोलू नये असा काही नियम नाही. बहुतेक रिक्षावाल्यांनी नाशिक मध्ये रिक्षा ही सर्व वाहनांची राणी आहे असं declare केलं आहे. हवी तशी रिक्षा चालवणं, हवं तेव्हा थांबणं, वाटेल तेव्हा आपण मोकळ्या मैदानात रिक्षा चालवतोय असं समजून तंबाखूची पिचकारी डोकं बाहेर काडत (बाजूनी जाणाऱ्या गाड्यांची तमा न बाळगता) मारणं, अशा अनेक सवयी रिक्षाचालकांच्या रक्तातच भिनलेल्या आहेत.

हे लहरी रिक्षावाले आपली रिक्षा कुठेही थांबवू शकतात. गिराईक दिसलं कि बाकी ट्रॅफिकची पर्वा न करता हे त्या गिराईकाकडे आपला मोर्चा चाललेल्या गाड्यांना जाऊ न देता वळवतात. काळजी घ्यायची असते ती बाकी वाहनचालकांनी. रास्ता क्रॉस करणाऱ्या व्यक्तीकडे देखील हे अचानक रिक्षा वळवतात. आणि हा गिराहीक नाही हे लक्ष्यात आल्यावर तेवढ्या वेळात हे क्रॉस करणाऱ्या व्यक्तीकडे एक

दुष्ट कटाक्ष टाकून अजिबात न पस्तावता आपली रिक्षा पुढच्या कस्टमर कडे वळवतात.

कधी कधी ह्या रिक्षावाल्यांचं दुष्ट कटाक्षात भागात नाही. ते कधी कधी क्रॉस करणाऱ्या समोर (माणूस बघून) एक तंबाखूची पिचकारी पण मारतात. जसा जंगलातला वाघ किंवा सिंहं आपल्या पेक्षा डबल आकाराच्या भक्ष्यावर तुटून पडतो तसे हे रिक्षावाले चक्क एस टी बस ड्राइवरशी नडतात. बस स्टॉप बस थांब्यासाठी, लोकं शक्यतो बसची वाट बघत उभे, पण मनमानी मात्र रिक्षा चालकांची. people's मॅग्नेट असल्यासारखी लोक जिथे कुठे उभे असतील तिथे यांची रिक्षा उभीच असते. बस स्टॉप वर बस जिथे उभी राहणे अपेक्षित आहे तिथे रिक्षा उभी केली जाते. दिसले लोकं कि थांबव आपली ३ चाकी! यांना एवढच ठाऊक! नाशिकच्या एका मध्यवर्ती बस थांब्यावर अनेक वेळा रिक्षावाले आपल्यापेक्षा चौपट आकाराच्या आणि आपल्या पेक्षा दहापट जास्त प्रवासी वाहून नेणाऱ्या बस समोर रिक्षा आडवी लावून त्यातील ड्राइवर शी हुज्जत घालत असलेले मला दिसतात. परिणाम एकंच - प्रवाशांचा वेळ फाट्यावर!

रिक्षा चालवण्याचा सामान्य वेग बहुदा रिक्षावाल्यांना माहीतच नसावा. एकतर अफाट वेग किंवा अति संथ वेग. 'संथ वाहते कृष्णा माई' हे गाणं मला हळू चाललेल्या आणि रास्ता अडवत overtake पण करू न देणाऱ्या रिक्षाकडे बघून आठवतं. रिक्षाचा स्पीड बहुदा चालकाच्या वयानुसार असावा! तरुण रिक्षावाला बुंगाट वेगात अथवा zig - zag पद्धतीने लोकांना कट-कूट मारून मार्गक्रमण करत असतो. तर वयस्कर रिक्षावाला वरील सांगितल्याप्रमाणे कासवाच्या गतीने मार्गक्रमण करीत असतो. याला पुणे - मुंबई एक्सप्रेस highway वर रिक्षा चालवायला सांगितली तरीही गतीत परिवर्तन होण्याची अपेक्षा ठेवणं व्यर्थ. रिक्षा चालकांना वेग बदलण्याबद्दल मागील सीटवरचा

माणूस काही बोलला तर त्यांना ते आवडत नाही. काही रिक्षावाले होकारार्थी मान डोलवतात आणि पुन्हा थोड्यावेळाने त्याच पद्धतीने रिक्षा पिदाडतात. काही रिक्षावाले सरळ असं काही कारण सांगतात कि त्या पुढे काय बोलावं हे गिराईकाला उमगत नाही. काही रिक्षावाले तर चक्क मागच्या सीट वाल्याला रोल exchange करायची ऑफर देतात!

रिक्षाचा स्पीड कदाचित रिक्षा मधील चालू असलेल्या गाण्यानुसार असावा. ९० टक्के रिक्षावाले ९० च्या दशकातले गाणे जोरात लावून डोक्यात वारं भरल्यासारखे रिक्षा चालवताना दिसतात. काही "दिल तुटे आशिक" मंद चालीचे गाणे ऐकत संथ गतीने रिक्षा चालवत असतात. रिक्षा चालवण्याचा वेग आणि रिक्षा चालवण्याची पद्धत कशीही असली तरी बहुतेक रिक्षवाले ट्रॅफिकचं भान न ठेवता रिक्षा चालवत असतात.

आता रिक्षापुराण संपवून मी पुन्हा २ व्हिलर कडे वळतो. स्पीड ब्रेकर हा आपल्या गाडीचा स्पीड ब्रेक करण्यासाठी नव्हेच. स्पीड ब्रेकरलाच ब्रेक करून दुचाकीस्वार मार्गक्रमण करताना नाशिक मध्ये आढळतात. गतिरोधकावरून गाडी न चालवता त्याच्या उजव्या किंवा डाव्या कोपऱ्यावरून जिथे सपाट जागा आहे तिथूनच गाडी न्यायची असा जणू मोटोरसायकल वाल्यांनी संकल्पच केलेला असतो. मुंगीच्या रस्त्यात साखर ठेवली तर ती आपला मोर्चा साखरेकडे जशी वळवते तसे हे २ व्हिलर वाले स्पीड ब्रेकर दिसला कि त्याला तुच्छ मानून कोपऱ्याकडल्या सपाट जागा शोधून तिथून गाडी घालतात. वास्तविक नासिक मध्ये कोणत्याही स्पॉट ला पोहोचायला जास्तीत जास्त २०-६० मिनिटे लागतात. तरीही हे दुचाकीवाले त्यांच्या प्रेयसीची दुसऱ्याच मुलाबरोबर लग्न ठरले असून हळद तर लागली पण लग्न लागायच्या आत आपण मंडपात पोहचून तिला पळवून आणला पाहिजेल, अशा आवेशात गाडी चालवतात. त्यामुळे असल्या संकटात आणि घाईत

स्पीड ब्रेकर ला टाळून त्याच्या side ने वळसा घालत पुढे जाणं त्यांना सोयीस्कर वाटत असावं.

रिक्षावाल्यांइतके गायछाप खाऊन पिचकारी गाडीच्या एका बाजूला झुकून रस्त्यावर (इतर गाड्यांची पर्वा न करता) मारण्यात दुचाकीस्वार एक्स्पर्ट नसतील कदाचित पण बरेच दुचाकीवाले अशा पिचकाऱ्या मारताना वेळोवेळी दिसतात. माझा एक मित्र म्हणे कि ते जे काही लोक तोंडात ठेऊन गावभर गाडीवर हिंडत पिचकाऱ्या मारत फिरतात ते त्यांचं टॉनिक आहे. त्या टॉनिक मुळे गावभर उपाशी पोटी हिंडणे या चेहऱ्याचा एक कोपरा फुगवून गाडी चालवणाऱ्यांना सहज जमतं असं माझ्या ऐकण्यात आलंय. मी माझ्या या मित्राची गायछाप सोडवण्याचा प्रयत्न केला. त्याने गायछाप ठेवण्यासाठी छान कव्हर बनवून घेतलं!

काही bike रायडर्स आपल्या मोटरसायकलला अगदी नव्या नवरी सारखे नटवतात. कदाचित हे तेच दिल तुटे आशिक असले पाहिजेत जे स्पीड ब्रेकर चुकवून आपल्या प्रेयसीचं लग्न दुसऱ्या मुलासोबत न लागू देण्याच्या उद्देशाने गाडी जोरात चालवत मांडप गाठण्याच्या प्रयत्नात अपयशी ठरले. मग त्यांनी आपलं मन दुसऱ्या मुलीने लाईन देई पर्यंत आपल्या गाडीलाच आपली गर्लफ्रेंड किंवा बायको समजत रमवावं म्हणून तिचा मेक ओवर केला असावा. गणपती उत्सवाचं पूर्ण डेकोरेशनच गाडीला चिटकवलेल्या काही दुचाकी आपण नाशिक मध्ये बघू शकतो.

नाकापेक्षा मोती जड या म्हणीचा अर्थ मला या गाड्यांकडे बघितल्यावर नीट समजला. गाडी साधारण. तिचे इंजिन किंवा इतर गोष्टी साधारणच, पण तिच्यावर मेकअप मात्र ती एखाद्या बादशाह ची बेगम असल्यासारखा बळच चढवलेला. आपल्या बाईकच्या दोन्ही हॅन्डल्स ला बांधलेले डेकोरेटिव्ह पट्टे, टँक ला सजावटी ग्राफिक्स, हेड

लाईट च्या कव्हर वर आपलं खानदान किंवा राजकीय पक्ष किंवा आपल्या समाजाचं चिन्ह, हॅन्डल्स वर आपल्या समाजाचा किंवा राजकीय पक्षाचा झेंडा आणि बरंच काही लावून मिरवत हे बायकर्स बिन्दास्त शहर भर वावरताना दिसतात.

काही लोक अक्षरशः आपली बाईक लाईट्स ने मडवतात. मला उन्हाळ्यातही एखाद्या रात्री अशी २ चाकी दिसली कि दिवाळी असल्याचा भास होतो. काही दिवसात पेट्रोलची टाकी उघडून त्यातून एक लाईट चमकला तर नवल वाटायला नको. दोन mirrors मात्र लावायला हे रायडर्स विसरतात. ट्रॅफिक सुरक्षा गेली चुलीत, शो बाझी मस्ट गो ऑन! सीटच्या वर मुलायम, सुटसुटीत, आणि नितंबाला आरामदायी असं कव्हर जरूर बसवलं जातं परंतु डोक्यावर हेल्मेट मात्र पोलीस स्ट्रिक्ट झाले तेव्हाच चंडवायचं आणि इतर वेळेस घरीच धूळ खात पडलेलं. काही नगीने तर हेल्मेट मोपेड असेल तर डिक्कीत ठेवतात किंवा मोटर बाईक असेल तर हॅन्डल मध्ये अडकवतात. फक्त मामा दिसले कि तेवढ्या पुरतं वाहतूक सुरक्षा पाळणाऱ्या सुजाण वाहनचालकाचा पोकळ आव आणायचा. दुसरं काय? सध्या डोक्यावर हेल्मेट न चढवता लांबूनच दिसणाऱ्या ट्रॅफिक पोलीस उभा असल्याचा अंदाज घेऊन यु-टर्न मारत दुसऱ्या रस्त्याने जाण्याची प्रथा रुजू होत चालली आहे टु-व्हिलर वाल्यांची.

काही २ व्हिलरकडे बघितलं कि मला न्यानेश्वरांची भिंत आठवते. न्यानेश्वरांनी भिंत चालवली ते बघायला मी नव्हतो. I missed ईट बट एकाच मोटर सायकल वर आजचे ज्ञानदेव , मुक्ताबाई, सोपान, निवृत्ती स्वार होऊन मोठ्या ऐटीत भिंत चालवल्यागत मिरवत असतात. हे बघण्याचं भाग्य मला अनेक वेळा लाभतं.

बहुतेक मोपेड आणि बाईकवाले आणि काही कारवालेही सिग्नल तोडण्यात सराईत असतात. नाशिक मध्ये असे सिग्नल तोडे जवळ

जवळ सगळ्याच सिग्नल्स वर तुम्हाला आढळतील. सिग्नलजवळ जर पोलीस मामा असतील तर हे सिग्नल तोडे ब्रेक दाबतात पण काही नमुने तर पोलीस आपले जावई असल्यासारखे वागून सिग्नल तोडणे आपला हक्क समजतात. आजकाल नाशिक मध्ये सिग्नल लागल्या लागल्या शक्यतो तोडला नाही जात. परंतु सिग्नल हिरवा व्हायला १० -२० सेकंड्स बाकी असतील तेव्हा राहिलेले सेकंद चक्क देवाचे असतात असा स्वतःशी गैरसमज करून गाडीचा एक्सलेटर पिळतात आणि निघून जातात. अशे हे घाईने निघून जाणारे आपल्या प्रेयसीची दुसऱ्या मुलासोबत लग्नच काय पण हळद पण लागू नये म्हणून बिन्दास्त सिग्नल चे शेवटचे सेकंद न जुमानता घाई घाईत मांडवाच्या दिशेने फरार होत असावेत.

आता वळूयात नाशिक च्या वाहनचालकांच्या अस्मितेच्या विषयाकडे - गाडीच्या हॉर्न कडे. हॉर्न वाजवणे हा आपला जन्म सिद्ध हक्क आहे असे इथले लोक समजतात. बहुतांश दुचाकीस्वार, रिक्षावाले आणि कारवाले सतत हॉर्न वाजवत असतात. आपलं रस्त्यावरचं अस्तित्व सिद्ध करायला यांना हॉर्न का वाजवावा लागतो हे आजपर्यंत मला उमगलं नाही. काही प्रसंगी हॉर्न आवश्यक असतो हे मी जाणतो. परंतु हे डॅम्बीस ड्रायव्हर्स पुढे जवळ जवळ एक किलोमीटर पर्यंत कोणी नसून आणि रहदारी कमी असून पण का ध्वनी प्रदूषण करतात हेच कळत नाही. प्रत्येक गाडीवाला माझा बाप मोठा आणि मी पुढे जाणार या आवेशात हॉर्न वाजवत असतो. म्हणून गजबजलेला भाजी बाजार आणि रस्त्यावरची वाहतूक यात मला विलक्षण साम्य आढळतं. उद्देश वेगळे पण गाजावाजा तोच. भाजी वाले ओरडून भाजी विकतात आणि गाडीवाले ओरडून आपला बाप मोठा म्हणून आपली गाडी सर्वांच्या पुढे रेटून नेतात. जे खरंच मोठ्या बापाचे असतात ते मात्र शिस्तीत गाडी चालवत असतात.

कधी कधी मला एखाद्या महामार्गावरून किंवा क्वचित सर्विस रोड वरून जात असताना २ ट्रक एकमेकांशी हॉर्नच्या कलात्मक उपयोगाने अंताक्षरी खेळताना दिसतात. अर्थातच ध्वनी प्रदूषण हा मुद्दा विचारात घेतला जात नाही. मागील वर्षी मी युरोपात गेलो असता मला netherlands च्या एका highway च्या दोन्ही बाजूनी लांब काचा दिसल्या. आमच्या गाईडला विचारले असता तो म्हणाला कि ह्या साऊंड प्रूफ काचा आहेत. रस्त्याच्या बाजूला काही (तुटपुंजी)घरे आहेत त्यांना गाड्यांच्या आवाजाचा त्रास नको म्हणून त्या बांधल्या आहेत. माणसाने माणसाचा हा केवडा बारीक पण खोलात जाऊन केलेला विचार! इथे मात्र ट्रॅफिक सुरक्षा आणि प्रदूषण मुक्त ट्रॅफिक ह्या बाबींचा विचार न करता आपल्या बापाचं वाहन आणि आपल्या बापाचाच रास्ता हे समजण्यास जास्त महत्व आहे.

कार ड्रायव्हर्स कंपॅरिटिव्हली कमी उपद्रवी असतील परंतु पावसाळ्यात पादचाऱ्यांना चिखलयुक्त पाण्याची मनसोक्त अंघोळ घालण्याचं सामाजिक कार्य ते मोठ्या तत्परतेने पार पाडत असतात. त्यांना फारशी मेहनत घ्यावी लागत नाही कारण खड्ड्यात रास्ता कमी असलेल्या रस्त्यावरून आपली चारचाकी भरधाव नेली कि खड्ड्यातल्या पाण्याचा अभिषेक आपसूकच बाजूने चालणाऱ्या व्यक्तीवर होतो. त्या बदल्यात कधी कधी "च,म, भ, ल इत्यादी" अक्षरांपासून सुरु होणारे प्रेमळ आणि कृतज्ञता व्यक्त करणारे शब्द पादचाऱ्यांकडून चारचाकी वाल्याला सप्रेम मिळतात. पण काचेमागच्या बादशहाला त्याची पर्वा नसते अनेकदा.

पादचाऱ्यांना न जुमानत वाहन चालक गाडी चालवत असले तरी नाशिक मध्ये "काही" पायी चालणाऱ्यांमध्ये कमी मस्ती नसते. अनेक पायी चालणारे रस्त्यावरून चालत असताना आपल्या मानेचा उपयोग फक्त शेजारून सुंदर मुलगी जात असताना तिच्याकडे वळून

बघण्यासाठी करत असतात. गाड्यांच्या वाटेत आपण येतो आहोत का हे बघण्यासाठी ते कधीच मान वळवायची तसदी घेत नाही. रास्ता क्रॉस करताना, किंवा रस्त्याच्या अगदी मधोमध चालताना, किंवा एक टोळी बनवून स्कूटर किंवा मोटर वाल्यांना हा रास्ता "नो वे फॉर वेहिकल्स, ओन्ली फॉर pedestrians" वाटावा अशा थाटात डौलात चाललेले असतात. ह्या साऱ्या इरसाल पादचाऱ्यांना त्यांच्या लहानपणी, "बेटा, आयुष्यात नेहमी सरळ मार्गाने जायचं" असा उपदेश दिला असावा. आणि त्यांनी त्याचा भलताच अर्थ लावून रस्त्यावरून जाताना (ट्राफिकची चांगलीच मारून) नाकाच्या सरळ रेषेत चालायचं ठरवलं असावं. थोडक्यात काही मार्गावर पायी चालणाऱ्यांना, इथे गाडी कधी येणार नाही आणि गाडीवाल्यांना, इथून पायी कोणी जाणार नाही असा गैरसमज झालेला असतो.

गमतीचा भाग सोडा पण प्रत्येकाने आपली गाडी, शहरातला रास्ता आणि शहर हे आपल्या बापाचेच समजायला हवे. कारण generally आपण आपल्या बापाची गाडी इज्जतीत चालवतो आणि सांभाळतो, आपण आपल्या बापाच्या घरी शिस्तीत राहतो आणि रस्ता खरंच बापाचा असेल तर मनमानी न करता आपल्या बापाची मान उंच ठेवण्यात खरी हुशारी आहे. आपल्या बापाचं काही असेल तर त्याची मस्ती नसून discipline हवी.

अशाप्रकारे नाशिक चे वाहन चालक वाहतूक सुरक्षेची पूर्ण काळजी घेत गाडी चालवतात.

नमस्कार! मी तुमचा लांबसडक मित्र, रस्ता.

नमस्कार मित्रांनो! मी तुमचा लांबसडक मित्र, रस्ता! माणसांच्या धकाधकीच्या आयुष्याला गती मिळवून देणारा रस्ता.

आतापर्यंत भरधाव वेगाने पळणाऱ्या वाहनांच्या खाली लवंडलेल्या मला तुमची भेट घेता आली नाही. आणि तुम्हालाही कधी माझं मनोगत जाणून घायला वेळ मिळाला नाही. परंतु २०२० साली असं काही घडलं कि तुम्हाला आणि मला वेळच वेळ मिळाला. एकमेकांपासून लांब जाऊनही माझी खुशाली तुम्हाला सांगायला मोकळा श्वास मिळाला.

जळणाऱ्या पेट्रोलखाली माझं शरीर धुंद असायचं परंतु, लॉकडाऊनच्या काळात मी रिकामा होतो आणि माझी कहाणी तुमच्यापर्यंत पोहोचावी म्हणून हा छोटा प्रयत्न केला.

झिजायची इतकी सवय झालेली कि स्वप्नात पण असा विचार आला नाही कि माझ्यावरून गाड्या कधीतरी धावायच्या थांबतील. आणि फक्त पोलिसाच्या मोटारी आणि ॲम्ब्युलन्स माझ्यावरून धावतील. या दोनच विभागाच्या गाड्या पाहून असं वाटायचं कि वाळवंटात एखादं पाण्याचं तळं सापडलंय. माणसांना माझी गरज होती आणि मला माणसांची सवय झाली होती.

एखाद्या महामार्गालासुद्धा माणसं इतकी जवळून बघायला मिळाली नसतील तेवढी मला मिळाली. महामार्गावरून नुसत्या गाड्या भरधाव पळत असतात. पण माझ्यावरून कधी जोरात तर कधी ट्रॅफिक

असल्याने संथ गतीने गाड्या जातात. दुचाकी चालक तर महामार्गापेक्षा माझ्यावरून जास्त वेळा गाड्या बुंगाट पळवायचे. माणसं आली कि त्यांच्या करामतीही आल्याच. नव्वद टक्के रस्ते सारखेच - हलक्या दर्जाचे - पावसाच्या पाण्याने डांबर वितळेल अशे - माझ्यासारखे. चांगले रस्ते दहा टक्केच. परंतु माणसांचं तसं नव्हे. एक माणूस दुसऱ्यासारखा नाही. कोणी वाहतूक नियम पाळणारे तर कोणी ते मोडणारे. कोणी नियम मोडणाऱ्यांना शिव्या घालणारे तर कोणी त्यांच्याकडे दुर्लक्ष्य करणारे. कोणी तर नियम मोडणाऱ्यांचे अनुकरण करून त्यांच्या गोटात सामील होणारे.

माझ्यावर होणारे माणसांच्या गाड्यांचे आणि माणसांचे अत्याचार सतत सहन करायची मला सवय झालेली. 'ती सवय पँडेमिकमूळे मोडते कि काय?' असं मला वाटायला लागलं. माझ्या या टोकापासून त्या टोकापर्यंत स्मशान शांतात पसरली होती. माझ्यावर पान किंवा तंबाखू खाऊन पचा पचा थुंकणारे बहादूर गेले कुठे? भ्रष्ट राजकारण्यांची पायाखालची धूळ जी पाच वर्षातून एकदाच मला चाटायला मिळते किंबहुना चाटावी लागते ती २०२० सालच्या निवडणुका रद्द झाल्याने मला चाखायला मिळाली नाही. एवढंच काय ते माझं भाग्य. प्रचार नाही. आंदोलनं नाहीत. आंदोलनकर्त्यांची घोषणाबाजी नाही.

भंगारवाल्यांचा बेंबीच्या देठापासून काढलेला आवाज नाही. प्रत्येक भंगारवाला वेगवेगळ्या स्वराज आपले वेगळे अस्तित्व इमारतीतल्या आणि बंगल्यातल्या माणसांच्या कानावर घालीत असतो. हा आवाजही जवळ जवळ सहा महिने कानावर पडेना.

कोणतीही मिरवणूक माझ्यावरून दोन वर्षात गेली नाही. ना कोणत्या पुढाऱ्यांची ना कोणत्या नवरदेवाची. माझा राखाडी रंग कोणत्याही कारणास्तव उधळलेल्या गुलालाने गुलाबी झाला नाही. ढोल, डीजेच्या

तालावर मद्यपींचं तास-तास चाललेलं नृत्य मी दोन वर्षात काही भोगलं नाही. माणसांची आणि त्यांच्या चांगल्या-वाईट सवयींची सवय मला जडली होती. काही लोक शिस्तीत सिग्नल पाळत तर काही मोडत. कोणी माझी राखाडी त्वचा लाल पिचकारीने रंगवत तर कोणी माझ्यावर जमलेले कधी काळी कोणीतरी कोणासाठी लिहिलेल्या प्रेम पत्राचे, जाहिरातीचे, शिळ्या झालेल्या वर्तमानपत्राचे, गांजा भरण्यासाठी वापरलेले, असे नाना प्रकारचे कागदाचे बोळे उचलून मला स्वच्छ ठेवत.

रात्री बारा नंतर आणि पाच पर्यंत जशी शांतता असते तसली शांतता मी दिवसाढवळ्या पँडेमिकच्या काळात अनुभवली. माझ्यावर असलेलं आकाश मला स्पष्ट दिसत होतं. आकाशाकडे पाहून प्रदूषण कमी झाल्याचं जाणवलं.

जाणवलं कि किती धूर कमी झाला आहे माझ्यावरून जोरात धावणाऱ्या वाहनांच्या अनुपस्थितीत. कुत्रे, मांजरी, गाई, आणि म्हशी, या पलीकडे मला क्रॉस करणारी जनावरं मी भर दिवसा माझ्यावरून मुक्त वावरताना बघितली नव्हती.

आता तर दिवसाढवळ्या एक दोन वेळा साक्षात बिबट्याही माझ्यावरून विहार करायचा. सर्वत्र सैरा वैरा धावणाऱ्या वाहनांच्या तुलनेत प्राण्यांचा वावर मला अधिक नैसर्गिक वाटला. डरकाळी फोडणाऱ्या, हंबरणाऱ्या, किंवा चिवचिवाट करणाऱ्या प्राणी-पक्ष्यांपेक्षा सतत प्या प्या करत पळणाऱ्या गाड्यांची कल्पना त्या काळात मला अधिक भयानक वाटली. ध्वनी आणि वायू प्रदूषण कमी झाल्याचं जाणवत होतं माझ्यासारख्या निर्जीव पण मानवी जीवांना या टोकापासून त्या टोकापर्यंत नेणाऱ्या वाहिनीला.

अजून एक माझ्या दृष्टीने जमेची बाजू म्हणजे माझे नूतनीकरण करण्यात नाही आले, गेली कित्येक महिने. हलक्या दर्जाचे डांबर वापरून माझ्या चमकत्या रूपाच्या जोरावर हि राजकारणी मंडळी निवडून येत. नव्याचे नऊ दिवस. पाऊस आला की मला खड्डे हमखास पडणार आणि सामान्य माणसं राजकारण्यांच्या कर्माची शिक्षा शिव्या देऊन मलाच करणार.

कितीही माणसांचा राग येत असलेला असून मी माणसाळलेला! कारण माणसांनीच माझी निर्मिती केलेली. रॉकेल, पेट्रोल, तंबाखू, शेण, विष्टा, लीद, धूर, दारू, गुलाल, सांडलेले पदार्थ, काच, आणि अश्या अनेक माणसाने तयार केलेल्या, माणसाने फेकलेल्या, किंवा माणसाने पाळलेल्या गोष्टींचे अवशेष माझ्या मध्यभागी किंवा दोन्ही बाजूस सतत पडण्याची सवय झालेली होती मला.

Lockdown शेवटी अनलॉक झालं आणि लोकांचे लोंढे माझ्या वरून विहार करू लागले. प्रथम दर्शनी सर्व माणसं एकसारखीच भासली. नंतर लक्ष्यात आलं कि माणसं आपली तोंडं झाकून वावरत आहेत असं. परंतु झाकलेल्या तोंडावरूनही मास्क बाजूला सारून गाय छाप च्या पिचकाऱ्या मारण्याचा कार्यक्रम चालूच होता. काही माणसं आपण अमर असल्यासारखी वावरू लागली. मास्क घालावा लागतो हे त्यांच्या गावीच नव्हतं. काही लोक तर हनुवटीच्या खाली रंगीत दाढी असल्यासारखा फक्त देखावा म्हणून मास्क अडकवू लागली. नाक आणि तोंड उघडच! माझ्यावर कोसळणाऱ्या गोष्टींत आणखी एका गोष्टीची भर पडली - वापरून खराब झालेले मास्क! मात्र जेव्हापासून रोज सकाळी रस्ता झाडणारी लोकं यायला लागली, तेव्हापासून माझ्यावर असलेली घाण कमी झाली आहे. हे मान्य करायलाच हवं.

निरव शांततेचा अनुभव मला कधी घ्यावा लागेल असं वाटलं नाही. lockdown च्या निमिताने लोक किती प्रदूषण करतात हे उमगलं.

परंतु असला प्रसंग त्यांच्यावर कधी उद्भवू नये हीच माझी इच्छा आहे. आफ्टर ऑल, माणसांचीच निर्मिती माणसांविना फार काळ आनंदी कशी राहील? खराब दर्जाचे का होईना माझे नूतनीकरण होते ते माणसांमुळेच. विसाव्याचे दोन क्षण मिळाले म्हणून ही मनोगत सांगायची धडपड.

पुन्हा असा वेळ मिळणार नाही आणि मिळूही नये अशी अशा आहे. तुमचा रस्ता पुन्हा हजारो गाड्यांचं ओझं झेलत त्यांना इकडून तिकडे पोहोचवण्यास सज्ज आहे. खुशाल फिरवा आपल्या गाडीचे टायर्स माझ्या काळ्या त्वचेवरून आणि करा आपला प्रवास जोपर्यंत हातात किंवा पायात एक्सकॅलॅटोर पिळायचा किंवा दाबायचा जोर आहे तोपर्यंत. सहन करेल मी तुमच्या वाहनांच्या ढुंगणातून निघालेला पांढरा धूर. सहन करेल मी तुम्ही माझ्यावर भिरकावले ओले आणि कोरडे रंग. परंतु एक जरूर करा. माझ्या दोन्ही बाजूला हिरवीगार वृक्ष लावा आणि ती वाढू द्या. लोकसंख्या नियंत्रणात ठेवा. कारण मला कोणत्याही उड्डाणपुलाच्या सावलीपेक्षा माझ्या बाजूला असलेल्या झाडांची सावली जास्त प्रिय आहे, मी कितीही man made असलो तरीही. असो! हॅप्पी जर्नी!

तुमचा लांबसडक मित्र,

रस्ता

सायकल चहावाला

मुंबईच्या धकाधकीच्या जीवनात नाशिकहून नशीब अजमावायला आलेल्या माझ्यासारख्या सामान्य माणसाला त्याच्याच चहाचा आधार होता. त्याचा चहा जीभ गरम मात्र डोकं शांत करून जायचा. माझ्या घामाने बरबटलेल्या - रूम ते ऑफिस वाया प्लॅटफॉर्म - अश्या रूटीनला तेवढीच त्याच्या गरम चहाची उसंत होती. या पठ्ठ्याचं टाईमिंग मात्र विचित्रच होतं. हा बारीक इसम आपल्या सायकलच्या साहाय्याने रात्री ११ ते सकाळी ६-७ पर्यंत आमच्या सारख्या नोकरदारांचे बॉस नी गरम केलेले मस्तक थंड आणि जीभ गरम करायचा. तो आपली सगळी सामग्री सायकलवर घेऊन यायचा.

परंतु आमचा झोपायचा अथवा जॉब सुटण्याचा आणि त्याचा सायकल स्टॅन्ड वर लावायचा आणि पुन्हा स्टॅन्ड काढून पहाटे घरी जायचा टाईमिंग कधी मॅच झालाच नाही. म्हणून आम्हाला तो कधी सायकलच्या दोन्ही बाजूस जाड जाड पिशव्या मिरवत पँडल मारताना आढळला नाही.

एका पिशवीत होता चहाचा थर्मास. त्यात गरम दूध होते. अशे ५-७ थर्मास होते त्या पिशवीत. बाकी त्या जाड्या भरड्या पिशवीत चहा पत्ती, मसाले, सिगारेटच्या कांड्या, आणि बौर्नविटा ही कोंबले होते. सिगारेट विकत असल्याने त्याचे ब्रिज जवळचे, आमच्या बिल्डिंग पासून काही अंतरावरचे स्थान अढळ होते. उत्तम चहा सोबत सिगारेटचा कष मारणाऱ्या टोळ्यांचा हा सायकल चहावाला लाडका होता. हा साधारण साडेपाच फुटी माणूस रात्रभर सिगारेट्स पुरवत असल्याने बहुतेक बॅचलर्सचा परिंदा झाला.

जी पोरं बिड्या ओढत ती त्याच्या अधिक जवळची झाली. मग सुरु व्हायचे स्मॉल talks च्या पलीकडले डीप संवाद. आणि कानावर पडायच्या काही हकिगती. सायकल चहावाला कमी बोलत असे आणि जास्त ऐकत असे. ऐकताना एक स्मित हस्य कायम त्याच्या चेहऱ्यावर असे. एकदा आमच्या मित्राने चवकशी केल्यावर समजलं कि तो UP वाला भैय्या आहे. आपले पोट भरण्यासाठी भावाला घेऊन मुंबईला आला. त्याचा भाऊ मात्र सामान्य माणसासारखे दिवसा काम करीत होता.

पण हा प्राणी निशाचर निघाला. त्याचे कस्टमर्स होते ८०% जॉबकरी, आणि १०% टवाळखोर (जे साधारण रात्री २ नंतर उगवतात), ५% ५० प्लस, आणि ५% ६० प्लस (म्हातारचळ लागलेली किंवा 'अजूनही यौवनात मी' असं म्हणणारी मंडळी) आजकालच्या एखाद्या डिजिटल ब्रँड ने ब्रँड प्लॅनिंग करून, लोगो तयार करून, आणि मार्केटिंग करून जेवढा धंदा केला असेल तेवढा किंवा त्याहून अधिक धंदा या माणसाने काहीही शो-बाजी न करता फक्त फक्कड चहा आणि धूर सोडणारी चैतन्य कांडी याच्या बळावर रात्री बेरात्री केला असेल. महिला आणि मुली मात्र या निष्पाप सायकल चहावाल्या जवळ फिरकतही नसत. क्वचित एखादा मजनू आपल्या लैलाला ११ नंतर पण १२ च्या आधी चहा पाजताना आणि सिगारेट ओढायला शिकवताना कोणालातरी दिसायचा म्हणे या भैय्यापाशी!

त्याच्या सायकलच्या पार्श्वभागास अजून एक पिशवी लटकवलेली होती. तिचे काम होते सिगारेटचे उरलेले थोटूक किंवा रिकामी पाकिटे, कागदी ग्लास, तंबाखूतले मेन मालापासून वेगळे केलेले कण, आणि इतर 'कचरा' या गटात सामील होणाऱ्या गोष्टी सामावून घेणे. थोडक्यात ती पिशवी 'ट्रॅश बॅग' होती. मला चहावल्याचा हा पर्यावरण दक्षपणा भावला.

मला अजूनही आठवतात ते सप्टेंबर २०१४ ते एप्रिल २०१५ पर्यंतचे दिवस. आम्ही या सायकल चहावाल्याचा चहा घशात घालायला रात्री कितीही उशीर झाला तरी कसरत करून जायचो. होय कसरतच! आमच्या सोसायटीत ४-५ इमारती. या बिल्डींग्स मधल्या माणसांपेक्षा पार्किंग मधल्या घुशींची संख्या निश्चितच जास्त असणार यावर माझा ठाम विश्वास होता. भर रात्री गाजा-वाजा न करता, त्या पलीकडच्या दरवाजाआड झोपलेल्या कुटुंबाला झोपेतून न उठवता हळूच आम्ही खालच्या मजल्यापर्यंत मजल मारायचो. खरी कसोटी इथे लागायची. पार्किंग मध्ये पाऊल ठेवताच मला आपण ट्रेन असायला हवं होतं असं वाटे. असं वाटण्याचं कारण होतं - पार्किंग मध्ये सर्वत्र सैरा वैरा पळणाऱ्या घुशीच घुशी!

मोबाईलमधील मिणमिणत्या फ्लॅशलाईटच्या सहाय्याने दबकत दबकत आम्ही रात्री १-२ च्या आसपास चहाचा एक कप उलटा करून चहा घशात घालण्यासाठी पार्किंगचा परिसर पार करायचो. कशे बशे आपल्या पायावरून एखादी घूस गेली नाही किंवा पायाखाली एखादी घूस आली नाही याचं भाग्य मानून मी आणि माझे मित्र सुटकेचा निश्वास टाकायचो. त्या घुशींतल्या वर्दळीत मी स्वतःला २१व्या शतकातला चक्रव्यूहात सापडलेला अभिमन्यू समजत असे. ते चक्रव्यूह भेदल्यावर जीव भांड्यात पडत असे. एकदा का पार्किंग मागे पडले कि पुढचा प्रवास सुखकर आणि सुंदर असायचा.

गार्डन जवळ पिशव्या चिकटलेली सायकल दिसली कि दिवसभराचा शीण निघून जायचा. कधी कधी आम्ही चहाचा कप सायकल चहावाल्याच्या शुभहस्ते आमच्या हातात पडल्यावर फूटपाथला चिकटून असलेला महामार्ग क्रॉस करण्यासाठी बांधण्यात आलेल्या पुलावर कप धरून जायचो आणि मुंबईच्या डायनासोर एवढ्या उंच इमारतींकडे बघत चहा प्यायचो. रात्री १-२च्या सुमारास मुंबईसारख्या

ठिकाणी पुलावर (पब्लिक ब्रिज) चढून शांतता अनुभवत चहा पिण्याची मजा काही औरच!

चहा पिऊन झाल्यावर कधी मुंबई विकत घेतल्याची पोझ देऊन आम्ही पुलावर थोडे फोटो सेशन करायचो. नंतर एखाद्या लाइटपोस्टकडे बघत कसल्यातरी गंभीर विषयावर किंवा ऑफिस मधल्या विचित्र बॉस वर गप्पा मारायचो. नंतर रिकामा कप, पण जिभेवर चहाची रेंगाळणारी चव घेऊन आम्ही खाली उतरायचो. सायकल चहावाल्याला पैसे देऊन कधी वेळ असल्यास त्याच्याशी थोड्या गप्पा मारायचो. नंतर आम्ही पुन्हा घुशींचं साम्राज्य सुखरूप पार करून ढेकणांच्या साम्राज्यात म्हणजेच आमच्या खोलीत झोपण्यासाठी शिरायचो. होय! एकदा एकाला खोलीत ढेकणं सापडलेली.

सायकलवर संसार मांडणाऱ्या या भैयाचा ठरलेला पोषाक होता. वरची दोन बटणं न लावलेला साधा सदरा आणि साधीच विझार. भर थंडीतही त्याच्या पोशाखात बदल झालेला नसायचा. मुंबईत कसली थंडी म्हणा? पण एके दिवशी जास्तच थंडी पडल्याने त्याने कानटोपी चढवलेली.

जॉबचे स्ट्रेस घालवायची हक्काची जागा म्हणजेय सायकल चहावाला. जॉबकर्यांचा हा तारणहार. जणू त्याचा जन्मच ऑफिसात बॉसच्या तालावर नाचणाऱ्या कष्टकऱ्यांना दोन क्षण दिलासा देण्यासाठी झाला असावा. चहा सोबत कॉफी, वरील सांगितल्याप्रमाणे बौर्नविटा, सिगारेट, बिड्या, तंबाखू, आणि चक्क गरम दुधाची पण सोय त्याच्या पिशवीत होती. त्याची ही पिशवी म्हणजेय दमलेल्या आमच्यासारख्या नोकरदारांसाठी आजीबाईचा बटवाच होती.

आमचा एक अति सभ्य आणि नाटकी मित्र त्याचा चहा न घेता नुसते प्लेन दूध प्यायचा. आमची वारी जवळ जवळ रोज त्याच्या

सायकलच्या दिशेने प्रयाण करायची. आम्ही जशी चहाही वाट पाहायचो तशी तोही आम्हाला चहा पाजण्याची वाट पाहायचा. आमच्यापैकी एखादा जरी कार्यकर्ता आला नाही की 'का आला नाही?' याची चौकशी करायचा आमच्यापाशी. कुत्र्यांना माया लावली की ते जसे माणसाळतात तसे आम्ही त्याच्या चहाची सवय झाल्याने चहाळलो होतो.

चार महिन्यांच्या माझ्या मुक्कामात पहिले तीन महिने हा पठ्ठया न चुकता रोज रात्री सायकल घेऊन आमच्यासमोर उभा असायचा. आम्ही येण्याआधी आणि आम्ही गेल्यावरही. पण मे महिना उजाडला आणि तो व त्याची सायकल दिसेनाशी झाली. त्याने जागा बदलली की काय म्हणून आम्ही थोडे अंतर कापून आलो. रस्त्याच्या दुसऱ्या बाजूस पण बघितले, परंतु त्याची बारीक आकृती कुठेच दिसेना. 'काय माणूस आहे? यायला जमत नाही मग काय आमच्या जिभा ओल्या कशा होणार?' आमच्यातल्या एकाने सवाल केला. जणू काही एखादा मद्यपी त्याचा नेहमीचा बार बंद झाला की जसे उद्गार काढतो तसे त्याने चालवल्याबद्दल उद्गार काढले. पण त्याचे बरोबर होते एका अर्थाने. इतका त्याच्या चहाचा आम्हाला लळा लागला होता की अचानक त्याच्या नसण्याची कल्पनाच करवत नव्हती.

जवळपास १५ दिवसांहून अधिक काळ लोटला पण सायकल चहावाला आम्हाला गावला नाही. आम्ही कासावीस झालो. एखादवेळेस मुंबईची लोकल एखाद्या स्टेशनवर यायची विसरेल, पण हा सायकल चहावाला दांडी मारणार नाही, असा आमचा विश्वास होता. पण आता तो गायब होता. गावाला फरार झाला की काय, अशी आम्हाला उगाच शंका आली. आम्हाला सांगून गेला नाहीच पण त्याच्या ओळखीच्या बऱ्याच 'लेट नाईट' मित्रांना देखील विचारले असता त्याचा काही पत्ता कळला नाही.

शेवटी मी मे महिन्यातच मुंबई सोडली आणि घरी परतलो. त्याचा चहा सोडला तर मला मुंबईच्या बऱ्याच गोष्टी पटल्या नाहीत. गर्दी, गोंधळ, चढा ओढ, पैश्यांसाठी कपाळात येईपर्यंत काम करणे, काहीच पटलं नाही. जाता-जाता त्या सायकल चहावाल्याचा चहा तरी घेऊन निघालो असतो, अशी खंत मात्र होती. जर त्याने मुंबई सोडलीच असेल तर मी ज्या कारणासाठी सोडली त्याने त्याच कारणासाठी सोडली नसेल याची मला खात्री होती. तसा मी सतत मित्रांना फोन वरून, तो आला का रे? असा प्रश्न करीत होतो. काही दिवसांनी हा प्रश्नही बंद झाला. मग एकदा अचानक एका मित्राचा फोन आला आणि तो परतल्याची खबर कानावर आली. आनंद झाला पण मी त्याच्या चहाचा अमृततुल्य प्याला प्यायला तिथे हवा होतो याची मला हळहळ वाटली. मनात संमिश्र भावनांनी घर केलं. मी मुंबई सोडली आणि काही दिवसात तो मुंबईत परत आला. गावाकडे तातडीचे काम निघाल्याने त्याला जावे लागले, एवढीच खबर मिळाली.

माझा मित्र मी मुंबई सोडल्यावर शेजारी राहणाऱ्या मुलीने तुझी आठवण काढली आहे असे सांगायचा. मुंबईच्या गरमीने वैतागून, कधी कधी हिम्मत करून मी शेजारचे दार वाजवायचो आणि बर्फ मागायचो 'पाण्यात' टाकायला.

दार उघडायला बऱ्याचदा ती किंवा तिची बहीणच समोर यायचे त्यांच्या चार जणांच्या कुटुंबातून. मग मी तिने दिलेला बर्फ घेऊन रूम मध्ये यायचो आणि अलगद तो बर्फ पाण्यात सोडून ते पाणी प्यायचो. आणि ज्या प्लेट मध्ये बर्फ दिला जायचा त्याच प्लेट मध्ये फरसाण ठेऊन तिला ती प्लेट मी परत करायचो. ती हसायची. मीही हसायचो. 'इस्की जरुरत नही थी.' असे म्हणून ती लाजायची आणि मी, अरे उसमे क्या.' असं काही तरी बोलून लाजायचो. २-३ वेळा बर्फ आणि फरसाणच्या प्लेट्स एक्सचेंज व्यतिरिक्त आमची गाडी कुठेही गेली

नाही. तिने माझी आठवण काढली या गोष्टीवर माझा विश्वास बसला नाही. परंतु माझा मित्र जेव्हा सायकल चहावाल्यानेदेखील तुझी आठवण काढली आहे असं बोलला, तेव्हा माझा त्यावर पूर्ण विश्वास बसला.

मी मनोमन ठरवले की पुन्हा एकदा खास सायकल चहावाल्याचा चहा पिण्यासाठी मुंबईत दोन दिवस तरी मुक्काम ठोकायचे. पण मुंबईत येणाऱ्या घामाचा आणि गर्दीचा इतका वीट आलेला की आजतागायत मी सायकल चहावाल्याकडे जाऊन चहा मारण्यासाठी जीवाची मुंबई केलेली नाही. मी मुंबईला वळसा घालून पुढे लोणावळ्याला गेलोय. ठाण्यात देखील थांबलोय. परंतु मुंबईला जायचा विचार मनात त्या सायकल चहावाल्याच्या चहा इतका रेंगाळत नाही. विझाच्या कामासाठी मध्यंतरी दादर गाठले होते नाईलाजास्तव. युरोपात पाऊल ठेवले पण मुंबई च्या एअरपोर्ट वरून कुठेही न रमता सरळ माझ्या घरी आलो. परंतु सायकल चहावाल्याच्या चहाची चव अजूनही जिभेवर घेऊन फिरणाऱ्या माझ्या मित्रांचा मला हेवा वाटतो.

आपलीच मोरी आणि...

माझ्यासारख्या सामान्य व्यक्तीच्या घरी निदान सकाळच्या बहुमूल्य वेळेला तरी बायकांचेच साम्राज्य असते. सकाळी खोलीबाहेर डोकावलं की किचनमध्ये भांडेवाली आपल्या नवऱ्याचा राग भांड्यांवर काढीत उभी! गर्मीला वैतागून केवळ चड्डी घातलेला मी, बनियान आणि हाल्फ पॅन्ट घालूनच किचन मध्ये प्रवेश करतो. तापमान ४० अंश च्या वर असले तरी! मला भांड्यांवर राग काढणारी ती बाई माझ्या आईला मात्र भांड्यांना मलम लावावा तशी भांडे घासताना दिसते.

नवीन घरी आल्यावर जसं आपण त्या त्या खोलीचा परिचय करून घेतो, तसा मी रोज न चुकता माझ्याच घराच्या या खोलीतून त्या खोलीत रोज सकाळी उठल्यावर एक फेर फटका मारून येतो. अर्थात मी व्हाईट हाऊसमध्ये राहत नसल्याने मी पूर्ण घरभर काही सेकंदात फिरून येतो. परंतु अमेरिकेच्या प्रेसिडेन्टला देखील एवढे अडथळे येत नसतील तेवढे अडथळे मला माझ्या घरात वावरताना येतात. म्हणूनच संपुर्ण घर फिरून येऊन माझ्या खोलीत परतायला मला १५-२० मिनिटे लागून जातात. किचन मधून हॉल मध्ये शिरल्यावर आणखीन एक बाई झाडूने जमीन झाडत असते. कचरा कमी आणि झाडूचे केस जास्त! हॉल मधून दुसऱ्या बेडरूम मध्ये जायचा रास्ता त्या बाईने मोकळा करेपर्यंत २-५ मिनिटे अशीच निघून जातात.

मग बेडरूम मध्ये असते झाडूवालीच्याच नात्यातली दुसरी बाई. ती फरशी पुसत असते. कसाबसा मी सर्व घर फिरून माझ्या खोलीत परतणार तर फरशीवालीने माझ्या खोलीच्या द्वारापाशी बाजीप्रभूंनी जसे दुश्मनांना घोडखिंडीत थोपवून धरले तशी माझी वाट अडवलेली असते. मी पिंजऱ्यातल्या वाघासारख्या येरझाऱ्या घालत असतो. कधी ब्रश हाती घेतल्यावर टूथपेस्टसाठी किचनमध्ये जावे तर खाली धूळ

आणि समोर झाडू घेऊन बाई. कधी मातोश्रींशी काही महत्वाचं बोलायला त्यांच्या बेडरूम पर्यंत जावं तर दोन बायांचा अडथळा पार करावा लागतो. माझ्याच घरातले हे परकीय आक्रमण थोपवायला माझ्याकडे कोणतेही शस्त्र नाही. तीनही कामांना तीन वेगळ्या बायका म्हणजे खरंतर एखाद्याला श्रीमंतीचं लक्षण वाटेल. पण मला मात्र हे पारतंत्र्य रोज काही काळ भोगावं लागतं. माझे पिताश्री सकाळीच कामासाठी बाहेर पडतात. या बायकांच्या गराड्यात सापडतो तो एकटा मीच. माझे प्रातःविधी या बायकांमुळेच खोळंबतात, असा माझा दावा आहे. त्या तीनही बायकांना त्याचं काही पडलेलं नसतं. माझी आई माझा दावा फेटाळत म्हणते कि मलाच उठायला उशीर होतो.

बर या कामवाल्या बायकांच्या आगमनाच्या वेळा विचित्र असतात. मी नाश्ता करताना, झोपलेलो असताना, आणि मातोश्री पूजा करत असताना, किंवा मी फक्त चड्डीत असताना हे त्रिकुट किंवा त्यातील कोणतीही एक बाई दाराबाहेर उभी राहून जोरात बेल वाजवते. माझा अवतार बदलून मग दार उघडायला वेळ होतो. त्यांच्याही नकळत या बायका माझ्याच घरात माझी यथेच्छ कोंडी करत असतात.

घर झाडणारी आणि फरशी पुसणारी यांची खासियत म्हणजे, माझ्या खोलीत बेड वर एक निर्जीव दगड पांघरून घेऊन पडलेला आहे अश्या भासत खोलीत शिरणे आणि झटक्यात पडदे उघडणे. झाडूवाली बाई भर उकाड्यात फॅन बंद करते आणि पोछा करणारी बाई भर थंडीत पंखा चालू करते. त्यांच्याही नकळत या बाया माझा भावनाशून्य दगड करतात. माझी झोप कुंभकर्णासारखी नसल्याने मी उजेड पडल्यास अथवा तापमानात बदल झाल्यास उठून जातो.

पडदे, आणि पंखे या शिवाय माझी झोप उडवून लावायचे अनेक अस्त्र या कामवाल्यांकडे असतात. बर हे अस्त्र त्यांनी त्यांच्या घरून आणलेले नसून माझ्याच घरातून माझ्याच विरोधात वापरलेले

असतात. जसं कि पाण्याचा नळ! कपडे धुताना मुद्दाम जोरात नळ सोडणे, गरज नसताना सतत नळ चालू ठेवणे, खिडक्या जोरात उघडणे, माझ्या मातोश्रींशी मुद्दाम जोरात गप्पा मारणे, या आणि अनेक युक्त्या माझी झोप उडवण्यासाठी या बायका वापरत असतात.

जेव्हा मी पूर्ण जागृत अवस्थेत घरभर फिरत असतो तेव्हा चालू केलेले पंखे या बायका चालूच ठेऊन निघून जातात आणि त्याचे बोलणे मलाच बसतात. या बायकांसाठी घरात गर गर फिरणारे पंखे बंद कसे करायचे याचे युट्युब चॅनेल काढले तर फार बरे होईल. पण या बायका जर जाणून बुजून फॅन चालू ठेवत असतील तर असल्या चॅनेलचे काही उपयोग नाही.

सुट्टीच्या दिवशी माझी वाट कोणी अडवली तर मी थांबून राहू शकतो. पण या बायका नेमक्या सोमवार ते शुक्रवार याच दिवसात माझ्या मार्गात आडव्या येतात आणि समोरच्याला मी त्यांच्या मध्ये मध्ये करतो असं भासवतात. योग्य वेळी येणं आणि नीट काम करणं यांच्या गावीच नसतं. नव्याचे नऊ दिवस. नवीन बाई फार तर फार एक आठवडा नीट काम करते. नंतर सुट्ट्या घेते. वेळेत येत नाही आणि माझी वाट अडवते. गेली कित्येक वर्ष हे असंच चालू आहे.

सणावाराला सुट्ट्या घेणे, आपल्यालाच सर्वात जास्त नातेवाईक असल्याचा आव आणून, लग्न सोहळ्याचे निमत्त काढून सुट्ट्या घेणे, एवढ्या सुट्ट्या मारूनही महिना संपायच्या आत काहीतरी अडचण सांगून पैसे मागणे, आणि कधी कधी तर नव्याचे नऊ दिवसही पूर्ण न होऊ देता वर तोंड करून जास्तीचे पैसे मागणे, यात या बायकांचा हाथ कोणी धरू शकणार नाही.

अर्थात सगळ्याच काम वाल्या अश्या असतात असं नाही. माझी तक्रार एकंच, माझी घर भ्रमणाची वेळ आणि त्यांच्या कामाच्या वेळा एक

नकोत!' बर, थोडं यांच्या विरोधात कोणी बोललं (मी नव्हेच) तर या क्वचित कधीतरी एक्स्ट्रा काम केल्याचे दाखले देण्यात पटाईत. यांच्याशी कोणी भांडल्यास हे एकतर संपूर्ण दुर्लक्ष करतील (बडबडणाऱ्याला तुच्छ लेखणारा अविर्भाव आणत) नाही तर तोडीस तोड उत्तर देतील. बहुतेकदा तोडीस तोड उत्तरच!

बायकांच्या नुसत्या बांगडीच्या आवाजाने झोप डिस्टर्ब होणार मी, त्यांच्या घासणीने भांडे घासायच्या, कपडे दगडावर जोरात आपटण्याच्या आणि वरच्या पट्टीत गप्पा मारण्याच्या आवाजाने खडबडून जागा होतो. आमच्या घरात अलार्म वाजल्याने किंवा बाहेर कोंबडा अरवल्याने मी उठत नाही. या तीन कामवाल्या बायकांचे तीन वेगळे प्रतापच माझे सकाळचे स्वप्न वर्षांवर्ष अर्धवट ठेवण्याची किमया करून दाखवतात. आणि मीही त्रासिक चेहरा करून सगळं निमूटपणे सहन करतो. या बाईमाणसांपुढे मी काहीच प्रतिकार करू शकत नाही.

परंतु या बायांमुळे आमचे घर स्वच्छ राहते याचे श्रेय त्यांना द्यायलाच हवे. बाकी सगळं गमतीने घेण्याची अशा मी अशाच कोणी बाईने जर हा लेख वाचलाच तर तिच्याकडून करतो.

चहाबहाद्ददरांच्या चार प्रमुख जाती

सापांच्या जश्या घोणस, फुरसे, नाग, मण्यार या चार प्रमुख जाती आहेत. हे मी एका उन्हाळी शिबिरात सर्प मित्रांकडून ऐकलं होतं. किंबहुना शिबिरात आलेल्या अनेक मुलांकडून हे घोकून घेतलं होतं म्हणून लक्ष्यात राहिलं. अश्याच प्रकारे चहा पिणाऱ्यांच्याही चार प्रमुख जाती सर्वत्र आढळतात. पोट जाती अनेक पण प्रमुख जाती चार -

१. 'चहा - एक इंधन' वाले

२. 'रतीब लावणारे'

३. 'चाय-सुट्टा' वाले, अर्थात, 'वाफ आण धूर - दोघं संगतीनंच!'

४. 'चहा - एक प्रतिष्ठित मुद्दा' वाले

आपला चहाचा कप हातात घेऊन त्यातील चहा बशीत ओतत प्रत्येक अमृततुल्य घोटाचा आस्वाद घेत चला, आपण जाणून घेऊया चहा पिणाऱ्यांच्या चार जातींबद्दल.

पाश्चिमात्य देशांत बऱ्याच प्रमाणात जरी 'कॉफी' चे राज्य असेल, तरी इथे भारतात मात्र चहाला तोड नाही. भारताचे राष्ट्रीय पेयं चहाच. या देशाचा एकही कोपरा असा नाही जिथे तुम्ही चहाच्या एका कपासाठी मोहताज व्हाल. माझ्यातरी पाहण्यात नाही. इथे प्रत्येक माणसाच्या मनात या रेफ्रेशमेंट ड्रिंकचे मूळ इतके खोलवर रुजलेले आहे कि एकवेळ दारू किंवा सिगारेटची सवय (असल्यास) सुटेल परंतु चहा काही सुटायचा नाही. अगदी चहा मुक्ती केंद्रे जरी निघालीत तरी त्यांना लगेच गाशा गुंडाळावा लागेल यात शंका नाही. अर्थात चहा हानिकारक नसावाच, किंबहुना त्याला अमृताचा दर्जा प्राप्त झालाय.

कोणत्याही भारतीय कुटुंबाकडे आलेला पाहुणा त्याला काही नाही तर निदान एक कप चहा तरी गिळायला मिळेल या बाबत निश्चिन्त असतो. चहा हा खन्याअर्थाने आयुष्याला चव आणणारा घटक आहे, या बाबतीत कोणाचेही इथे दुमत नाही.

चहाबहाद्ददरांच्या चार जाती त्यांच्या चहासोबतच्या नात्यावरून मी बनवल्या आहेत. मला आशा आहे कि मला ऐकून झाल्यावर चहाचा आणखीन एक कप पिऊनच तुम्ही उठाल.

१. 'चहा - एक इंधन' वाले

चहाला इंधनासमान मान देणारी ही जात. या जातीतील लोक दररोज न चुकता चहा पितात. चहा हे त्यांना जागरूक करण्याचे साधन आहे. यांच्या हिशोबाने शरीर हे एक वाहन असून चहा हे ते सुरळीत चालण्यासाठीचं पेट्रोल आहे. सकाळी नरइयात हे पेट्रोल ओतल्याशिवाय दिवस सुरु झाला हे या जातीचे लोक मान्यच करत नाहीत. दुपारच्या वेळेला तोंडात आणखीन एक कप उलटा केल्याने यांची शक्ती रात्रीपर्यंत (बिछान्यावर आडवा होईपर्यंत) टिकते असा यांचा ठाम समज आहे. या जातीच्या लोकांना चहाचे व्यसन नसते, परंतु त्यांना दिवसातून एकदा किंवा दोनदा चहा पिण्यापासून जगातली कोणतीही ताकद रोखू शकत नाही. अशे लोक आयुष्यात कधीतरी स्वतःच स्वतःला रोखून बघतात, पण २० दिवसांवर ते चहा पासून लांब राहू शकत नाहीत. त्यांना मोह आवरत नाही. त्यांची चहा पिण्याची हुक्की त्यांना उकळत्या चहासमोर आपली लाळ गाळायला लावतेच. 'चहा - एक इंधन' वाले लोक चहा न पिणार्‍यांना तो पिण्याचा आग्रह करत नाही. पण असल्या लोकांकडे ते, जसं काही त्यांनी देशद्रोह केलाय, अशा नजरेने बघतात.

२. 'रतीब लावणारे'

ज्या प्रमाणे काही लोक सिगारेटचा झुरका मारक एका मागे एक सिगारेट संपवतात, त्याच थाटात या जातीचे लोक चहाचे कपामागून कप आपल्या तोंडात रिते करतात. जणू काही चहाचा रतीबच लावतात रोज. मी विदर्भात असलेल्या अश्याच एका माणसाला ओळखतो जो या जातीच्या माणसाचे उत्तम उदाहरण आहे. तो जिकडे तिकडे थरमॉस घेऊन जातो आणि गरम चहाचे असंख्य घोट घेत असतो. तो अगदी मध्यरात्रीही चहा पिताना आढळतो. तो दौऱ्यावर असला तरी ठीक ठिकाणी थांबून थोड्या थोड्या अंतराने चहा नरड्यात उतरवायला विसरत नाही. त्याचा दोन कपांमधला गॅप २ तासांहून अधिक नसतो. लांबच्या पल्ल्यावर असताना तो त्याच्या ड्राइवरला, 'चहाची किटली दिसेल तिथे गाडी थांबवायची,' अशी तंबी आधीच देऊन ठेवतो. हा इसम ड्राइवरची नोकरी प्रधान करताना चहाची सवय असलेल्या व्यक्तीस अधिक प्राधान्य देतो. तो गाडी कशी चालवत आहे हे तो नंतर तपासतो. आधी ड्राइवर चहाचा शौकीन हवा. आणि तसा माणूस शोधणे मुश्किल नाही. ९० टक्के ड्रायव्हर्स चहा पितातच, आणि अश्या माणसांच्या कंपनीत तर जास्तच पितात.

जर चुकूनही चहा न पिणाऱ्यांची या जातीच्या माणसांशी गाठ पडली तर अगदी थोड्या अवधीतच त्यांना चहा ची सवय लागल्याशिवाय राहणार नाही. या जातीच्या लोकांसाठी चहाच्या कपाला नाही म्हणणे केवळ एक गुन्हा नसून ते फार मोठं पाप आहे.

३. 'चाय-सुट्टा' वाले, अर्थात, 'वाफ आण धूर - दोघं संगतीनंच!'

या प्रजातीच्या लोकांना चहा सोबत सिगारेट लागते. ते याला दुग्धशर्करा योग समजतात. या जातीचे लोक शक्यतो 'माफिया' नसतात. पण ते चहा आणि सिगारेट सोबत घेत असताना अंडरवर्ल्ड माफिया सारखे भासतात. त्यात जर त्यांना मोठी दाढी असेल तर त्यांच्या खिशात एक बंदूक नक्की असणार असाही तुमचा समज होऊ

शकतो.

माझ्या शहराच्या मध्यवर्ती भागात टपऱ्यांसमोर काही तरुण मंडळी चहाचा प्याला आणि सिगारेटची कांडी धरलेली दिसतील. त्यांचा अविर्भाव तुम्हाला 'Angry young मॅन' सारखा वाटेल. जणू काही सुट्टा आणि चहा मारून झाल्यावर हि मंडळी गव्हर्नमेंटचे नियम फाट्यावर मारत आपले नवीन नियम काढतात कि काय, अश्या डौलात ते उभे असतात एखाद्या टपरी जवळ.

जर तुम्ही सिगारेट ही नसाल घेत आणि चहा ही नसाल पीत तर या जातीच्या लोकांच्या दृष्टीने तुम्ही फक्त दिवस ढकलत आहात. आयुष्य जगत नाही आहात.

४. 'चहा - एक प्रतिष्ठित मुद्दा' वाले

चहाला उच्च दर्जा देणारे लोक या जातीचेच. ते 'चहा' हा एक प्रतिष्ठेचा विषय आहे असं समजतात. या जातीची लोकसंख्या चिक्कार असून हे लोक भारताच्या विविध भागात आढळतात. हे लोक दिवस सुरु करण्यासाठी लागणारे इंधन म्हणून चहाकडे बघत नाही. त्यांना थोड्या थोड्या अंतराने चहा लागत नाही. ते चहा-सुट्टा वाले ही नाहीत. चहा केवळ त्यांच्यासाठी एक मानाचा विषय आहे. चहा हा त्यांच्यासाठी माणसा-माणसातील नाते खुलवणारे अमृतच आहे. त्यांच्यासाठी चहा ही एक जीवनशैली आहे, माणसातील चांगुलपणा शाबूत ठेवणारा दुवा आहे, उदात्ततेचं प्रतीक आहे, आणि एक प्रथा आहे जी औदार्य दर्शवते!

सरकारी स्थळांना भेट दिली तर या जातीचे लोक तुम्हाला हमखास दिसतील. जर तुम्ही खेड्या-पाड्यात गेलात तर तुम्हाला या जातीचे लोक अधिक दिसतील. हे लोक जर कोणाची मदत करतील तर त्या

बदल्यात चहाच्या घोटाची अपेक्षा करतील. जर कोणाकडून काही चांगली बातमी मिळाली तर बातमी देणाऱ्या व्यक्तीकडून चहाच्या कपाची अपेक्षा करतील.

या जातीचा माणूस जर तुमचा पाहून असेल तर तुम्हाला त्याला नेमकं काय हवंय ते आधीच ओळखायला हवं. तुम्ही त्याचे चांगले स्वागत आणि आदरातिथ्य कराल. तुम्ही पाहुण्यांशी कसं वागायचं याचाही कोर्स कराल आणि कदाचित अगदी तसंच या माणसाशी वागाल. त्याला जेवून जाण्यासाठी आग्रह देखील कराल. त्याच्यापाशी तो परत यावा अशी इच्छा देखील व्यक्त कराल. भरीस भर म्हणून त्याला काहीतरी 'गिफ्ट' देखील तुम्ही द्याल. पण हे सगळं व्यर्थ जाणार.

कारण तुम्ही 'जादुई प्याला' विसरलात महाशय! त्याला तुमच्या चेहऱ्यावरच्या हास्यापेक्षा आणि 'इतर' पाहुणचारापेक्षा महत्वाचा घटक वाटतो तो 'चहा.' बाकी सगळं मॅटर करत नाही कारण ते सप्लिमेंटरी असतं.

खिडकीबाहेरील पावसाचे थेंब बघत, कपात असलेले अमृततुल्य पेयं प्राशन करा आणि आपण कोणत्या जातीत येतो याचा उगाच विचार करत बसा. कदाचित दुसऱ्या कपाला तुम्हाला अंदाज येईलच.

'चहाबहाद्दरांच्या चार प्रमुख जाती' हा लेख या आधी 'What are the Four Breeds of Tea Lovers in India?' या शीर्षकाने इंग्रजीत letterpile या लेखकांसाठीच्या प्रसिद्ध ऑनलाईन माध्यमावर प्रसिद्ध झाला आहे. तुम्ही वरील दिलेले इंग्रजी शीर्षक गूगल केले तरी देखील तुम्हाला हा लेख वाचता येईल.

माझे पगारी शोषण

२०१४ साली खूप स्वप्न उराशी बाळगून मुंबईला मी प्रयाण केले. त्या आधी पुण्यात सुद्धा मी खूप स्वप्न बाळगूनच पाय ठेवले. मुंबई आणि पुण्याने अनेकांना घडवले. पण मला मात्र माघारी परतवले. किंबहुना मीच माघार घेतली. कारण होते expection vs reality चा झटका.

आपल्याला पगार आपले शोषण होण्यासाठी मिळतो कि काय, अशी माझी ठाम धारणा झाली. माझ्या मुंबईतल्या चार महिन्यांच्या दैदिप्यमान कारकिर्दीत मी फक्त ऑफिस ते रूम आणि रूम ते ऑफिस, एवढाच प्रवास केला. एकदाच फक्त गेट वे ऑफ इंडिया ला जायची संधी मिळाली. सिक्स डेझ अ वीक, असं कबूल करूनही चार महिन्यात फक्त पहिल्याच रविवारी साहेबाने आम्हाला उसंत दिली. बाकी सगळे रविवार आम्ही घाण्याला (कॉम्पुटर) जुंपलेलो असायचो. आणि त्याच एका पहिल्या आणि शेवटच्या रविवारी आम्ही मरीन लाईन्स आणि गेट वे ऑफ इंडिया च्या सहलीला गेलो. खरंतर, मुंबईमध्ये खूप काही बघू, मौज करू, आणि जीवाची मुंबई करू, या माझ्या स्वप्नांचा खेळखंडोबा होईल याची प्रचिती कामाच्या पहिल्याच पंधरवड्यात आली.

तब्बल १२ ते १४ तास आम्हाला त्या चौकोनी खिडकीसमोर गुंतवून ठेवण्यात आले. पुढे पुढे तर हे तासही वाढत गेले. वर्क-लाइफ बॅलन्सचा नुसता बट्ट्याबोळ. सुखाचा एकच क्षण आम्ही अनुभवायचो तो आमच्या राहत्या जागेवरून थोड्याच अंतरावर असेलेला चहावाल्याचा चहा! तो क्षण सोडला तर एरवी आम्ही जड झालेलं डोकं घेऊन जगत होतो. नंतर नंतर तर आम्ही कामाची वाट बघत रात्री १० वाजेपर्यंत ऑफिसात बसायचो. आणि मग क्लायंट आम्हाला कामातल्या चुका १० वाजेनंतर दाखवायचे आणि आम्ही त्या १-२ वाजेपर्यंत दुरुस्त

करत बसायचो....निशाचरासारखे!

दिवसभरात कधीही काम येऊ शकते म्हणून आम्हाला ऑफिस (तुरुंगच जणू) सोडून जायची मुभा नव्हती. रात्री-अपरात्री केविलवाण्या अस्वस्थेत दीड-दोन तास प्रवास करून आम्ही आमच्या खोलीत परतायचो आणि लाकडाच्या ओंडक्यासारखे त्या भांडे, धूळ, बॅगा, गाद्या, आणि पोरांनी व्यापलेल्या खोलीत आडवे व्हायचो, तेही फक्त काही क्षण! नंतर २-३ वेळा रात्री ३ पर्यंत तर एकदा रात्रभर काम करावे लागले. आमचा प्रेमळ बॉस आम्हाला, 'तुम्ही या पुढे इथेच टूथब्रश घेऊन येत जा,' असे म्हणायला लागला आणि मी धोक्याची घंटा ओळखली.

रात्री १० पर्यंत युट्युबवर मजेशीर विडिओ बघत बसायला आणि रात्रीचे ऑफीसनेच दिलेले चमचमीत जेवण जेवायलाही मला कंटाळा आला होता. आणि मग खूप खाऊ घालून बोकडाची जशी कत्तल करतात तशी आम्हाला जेवण देऊन नंतर कॉम्पुटरला जुंपून आमची जणू कत्तलच केली जायची. मला हवा होता मोकळा श्वास. मला हवा होता किनारपट्टीवरून समुद्रासमोर आपली व्यथा मांडायला मोकळा वेळ.

बर या ऑफिसचे दृश्य काही औरच! 'बॉसचं' नव्हे तर 'सिनियर' नावाचं अस्वलासारखं दिसणारं भूत माझ्या मानगुटीवर बसायचं. 'क्लायंट' नावाचं भूत रात्री अपरात्री ऑफिसात येऊन आमच्या कामात चुका काढून स्वतः खुशाल आमच्या मागे ठेवलेल्या गादीवर झोपून जायचं. होय! मागे गादी होती. मी फक्त एकदाच १०-२० मिनिटे त्या गादीवर झोपायचे धैर्य दाखवले. ती गादी क्लायंट आणि वरिष्ठ मंडळींसाठी राखीव आहे हा अलिखित नियम आम्हीच आमच्या मनात बनवून टाकला, उगाचच!

आमच्या एक मॅडम ज्या आम्हाला नवीन काम मिळवून देत, त्या काचेतून समोर असलेल्या खोलीत जूस पिताना, आपल्या आकर्षक मैत्रिणींशी गप्पा मारताना, किंवा कधी कधी तर गाण्यावर नाचताना आम्हाला दिसायच्या. आम्हाला डोळे फाडून संगणकाकडे बघत काम करताना बघून या मॅडमला आमचा कधीच कळवळा आला नसेल का? त्या क्लायंटला देखील आम्हाला कामात गुंतवून स्वतः खुशाल मागच्या गादीवर झोप काढायला वावगं वाटलं नाही. ही अतिशयोक्ती नव्हे. हे सत्य होतं. कदाचित जगाच्या पाठीवर कुठल्याही ऑफिसात नसेल, पण आमच्या इथे हा प्रकार घडायचा. मला भेटलेली लोकं तर शक्यतो नॉर्मल नसतातच पण मला भेटलेले बऱ्यापैकी क्लायंट आणि बॉस पण नॉर्मल नसायचे.

बर माझ्या सोबत काम करणारा, आमच्याच रूम मध्ये राहणारा एक आतल्या गाठीचा सोबती मला लाभलेला. आमचा रूम ते ऑफिस हा प्रवास दोन बस बदलून मग संपायचा. साधारण दीड-दोन तासांनी मुंबईच्या गर्दीतून आमची दुसरी 'बेस्ट' बस आमच्या ऑफिस जवळ थांबायची. एवढा रोजचा जाऊन-येऊन प्रवास असताना देखील आम्ही दोघं एका ठिकाणी काम करूनसुद्धा चार महिन्यात १-२ वेळाच सोबत प्रवास केला. केवळ २ मिनिटे आवरायला उशीर झाल्याने, किंबहुना त्याने २ मिनिटे आधी आवरल्याने तो पठ्ठया बिन्दास्त खोली बाहेर पडून प्रवासाला लागायचा. एवढा punctual प्राणी मी उभ्या आयुष्यात कधी पाहिलेला नव्हता.

एक दिवस आम्ही थेट आमच्या मुळगांवाहून मुंबईच्या ऑफिसात, खोलीकडे न जाता, ट्रेनने पहाटेच निघालो. या पठ्ठयाचाच डाव त्याच्यावरच उलटवण्याच्या मस्तीत मी होतो. दादर आलं. आम्ही दोघं उतरलो आणि त्याला भर भर चालताना बघून चपळाईने मी पुन्हा गाडीत शिरलो आणि डायरेक्ट CST ला उतरलो. हा इसम सोबत कोणी

असेल तरी त्याच्याकडे न पाहता, त्याला बरेच मागे टाकून पुढे चालायचा...नाकाच्या सरळ रेषेत...एखाद्या यंत्रमानवप्रमाणे.

आपली मान वाळवून त्याचा मित्र मागे कुठे आहे याची तसदीसुद्धा हा गृहस्थ कधी घ्यायचा नाही. त्याच्या याच स्वभावापायी मी त्याला दादर ला कल्टी देऊन CST वरून अंधेरीची लोकल पकडून ऑफिसात नाईलाजाने शिरलो.

नेहमीप्रमाणे तोच आधी पोहोचलेला. अपेक्षेप्रमाणे, 'तू कुठे गायब झालास?...तू मला कल्टी का दिलीस? अशे प्रश्न त्याने मला विचारले नाहीत. नंतर मला खात्री झाली कीअसले प्रश्न त्याच्या मनात पण उध्दभवले नसावेत. मी कोपऱ्यात जाऊन कपाळावर हाथ मारून घेतला. हा माणूस माझ्या आधी फक्त १ मिनिटे ऑफिस पर्यंत पोहोचायच्या दोन तासांच्या प्रवासाला निघायचा! मी मात्र आता तो आणि त्याचा तो वेग सोबत नाहीच आहे म्हणून दुसरी बस पकडण्याआधी मुंबईच्या स्टॉल्स वरच्या चविष्ट पदार्थांवर ताव मारत बसायचो.

बर या माझ्या सोबत काम करणाऱ्याचे जीवन एका विशिष्ट आखलेल्या प्लॅन प्रमाणे चालायचे. त्याच्या फॉर्मल शर्ट ची इन् कधीही मी बाहेर आलेली पहिली नाही. कधीही तो टी-शर्ट घालून कामाला आलेला नाही. एका एंटरटेनमेंट इंडस्ट्रीत काम करूनही त्याचा पेहेराव औपचारिक आहे. त्याचा एकही केस कधी विस्कटलेला नाही. अगदी झोपताना आणि झोपेतून उठल्यावरही नाही. ढेरी एक इंचाने पण सुटलेली नाही. काम करताना नजर स्क्रीनवरून हठलेली नाही.

आमच्या मुंबईच्या रूम ची गोष्टच निराळी. एक एक नमुने भरलेले. काय सांगावं! रात्री बेरात्री थकून यावं आणि अंग टाकून द्यावं लाकडाच्या ओंडक्यासारखं तर आमच्या झोपेला चारी मुंड्या चित

करणारा एक जण थोड्या थोड्या वेळाने, 'शुक-शुक' असा आवाज करायचा. तो खऱ्या भुतांशी संवाद साधायचा कि स्वप्नातल्या, हे आम्हाला काही उलघडलं नाही. एक जण आम्ही खोलीत शिरताच त्याच्या ऑफिसात काय काय घडलं हे ऐकण्याचा कोणाला रसही नसला तरी रोज इथंभूत सांगायचा. कोणत्याही बाईने आपल्या सासूबद्दल एवढं धुणं गल्लीतल्या इतर समवयस्क बायकांपुढे धुतलं नसेल तेवढं या पट्ठ्याने आपल्या साहेबाबद्दल धुतलं असेल. त्याच्या ऑफिसात प्रत्यक्ष न जाता सुद्धा आम्हाला याचा बॉस कसा आहे याची संपूर्ण माहिती मिळत होती. इथे आमच्याच ऑफिसातल्या प्रोबेल्म्सच्या जखमा ताज्या होत्या आणि त्यात त्याच्या ऑफिसच्या संघर्षाचे दुखणे आम्ही झेलत होतो.

पोट्टा जिद्दी! एकतर ती कंपनी सोडून दुसरी धरावी किंवा बॉस चे गाऱ्हाणे न करता मुकाट्याने झोपून घ्यावं....पण नाही! तो जे दिवसभरात भोगला त्याची सविस्तर माहिती देऊन त्याची आम्हालाही थोड्या प्रमाणात झळ पोहोचल्याशिवाय याचा डोळा लागत नसे. बर पहाटे आमचा नुकताच बरा डोळा लागत असताना याचा, 'वेक अप, वेक अप, इट्स अ ब्रँड न्यू डे,' असं काहीतरी कर्कश्य आवाजात बोलणारा अलार्म आम्हाला त्याच्या सोबत जागा करी. मुंबईत थोडा जरी मुक्काम वाढला असता तर मी आधी याचा मोबाईल गायब केल्याचं पाप खुशाल केलं असतं. अलार्म ऑफ करण्याची सोय नव्हती. कारण त्याचा मोबाइल अशा ठिकाणी त्याच्याजवळ ठेवलेला असायचा कि सभ्य माणसाला तिथे हात घालून तो काढणं कधी शोभणार नाही!

पुण्यात असतानाची अवस्था मुंबईहून बिकट. पुण्यात फक्त जेम-तेम ७-८ दिवस मी टिकलो कसाबसा. मी ज्या कामासाठी आलो होतो त्याच्या अगदी विपरीत काम माझ्यावर लादलं गेलं. संगणकासमोर

बसून दिवस घालवणं अपेक्षित होतं. परंतु आम्हाला खूप लांबच्या कारखान्यात धाडून मोठ-मोठाल्या मशीन्सची लांबी-रुंदी मोजून मग आम्ही रिक्षाने वाहून आणलेले संगणक एका कोपऱ्यात ठेऊन त्या मशीन्सचे थ्री-डी मॉडेल बनवायला लावायचे. या कामात कलात्मकता मलातरी कुठेच आढळली नाही. या उलट त्या चालू मशीन्समध्ये जीव टांगणीला लावून आम्ही त्यांची मापं घायचो. त्या आधी हे सगळं करण्यासाठी ज्याची परवानगी घ्यायची तो अख्ख्या फॅक्टरीत कुठेही असायचा. त्याचा नंबर आम्हाला दिलेला नसायचा. मग आमची शोध मोहीम सुरु व्हायची. त्याला गाठायचा, त्याची सही घ्यायची, मोज माप करायचे, आणि नंतर मग संगणकावर त्या विचित्र मशीन्सचे मॉडेल बनवायचे! हा होता दिनक्रम!

आपण काय शिकलो आहोत, काय भोगावं लागतंय, असा सतत माझ्या मनात विचार यायचा. आतला आवाज त्रास द्यायला लागला. आणि हे सगळं शर्टची इन् करून आणि फॉर्मल बूट घालून करावं लागत होतं. एक क्रिएटिव्ह क्षेत्रात काम करण्याची कोणतीही खूण मागे उरली नव्हती. जरी मुंबई सारखं रात्र-रात्र काम नव्हतं तरी तोंड दाबून बुक्यांचा मार सहन करावा लागत होता. पुण्याचा जॉब सोडूनच मी मुंबईचा जॉब स्वीकारला होता. दोन्हीकडे माझा विचित्र मित्र माझ्या सोबत होताच. माझ्यामुळे त्यानेही पुण्याच्या नोकरीवर पाणी सोडले. मला वाईट वाटलं. परंतु, मी त्याला तसं करायला फोर्स केलं नव्हतं. पुण्यात असताना साहेब आणि त्यांच्या मर्जीतला सिनियर यांच्यात मला कामावरून काढण्यावरून धुसपूस सुरु होती असं सिनियरनेच मला येऊन सांगितलेलं. ते माझ्या कामावर नाखूष होते. त्यात आगीत तेल ओतायला माझा आतल्या गाठीचा मित्र होताच. साहेबाच्या पुढे आपली लाळ टपकवनं, सिनियरची मर्जी सांभाळणं, आणि आपण कशे फास्ट काम करतो हे तो सतत दाखवून देई.

एवढे फॅक्टरीचे काम करून संगणकावर त्यांना कमी वेळात त्या अवघड मशीन्सचे मॉडेल हवे होते. डेडलाईन्सचे आणि माझे आजतागायत जमलेले नाही. 'डेडलाईन' हा शब्दच जणू तुमच्यातला कलाकार 'डेड' व्हावा यासाठी कोणीतरी बनवलेला असावा असा माझा समज आहे. पुण्यात माझ्या सिनियर सोबत माझी बाचा-बाची झाली. त्या टुक्कार बॉसने मला नोकरीवरून काढण्याच्या आतच दिवाळीच्या सुट्टीचा फायदा उठवत मी नोकरीवर लाथ मारली.

बर, पुण्याच्या रूम मध्येदेखील तो आतल्यागाठीचा 'फॉर्मल,' आणि तो विचित्र सिनियर हे माझ्यासोबत होते. जळी-स्थळी-काष्ठी-पाषाणी तेच! सिनियर ऑफिसबाहेर बेवडा आणि 'फॉर्मल' वाझ आउट ऑफ थिस वर्ल्ड.

दिवाळीनंतर तो उलट्या काळजाचा बॉस आम्हाला वर्ष-दोन वर्षाचा बॉण्ड साइन करायला लावणार होता. परंतु दिवाळीच्या निम्मिताने आम्ही ५ दिवस जे घरी गेलो ते परत कधीही त्या बॉसचे तोंड न पाहण्यासाठीच. रूमचे आणि मेसचे पैसे मी त्या सिनियरला ट्रान्सफर करून सुटकेचा निश्वास सोडला. निघताना त्या बॉसला चार शिव्या तरी हासडून आलो असतो, असं मला वाटायला लागलं.

मुंबईच्या बॉसचा आणि हुकूमशाही सिनियरचा मात्र मी हसऱ्या चेहऱ्याने निरोप घेतला. मुंबईच्या कामाचे काही पैशे मात्र मला आजतागायत मिळालेले नाही. परंतु माझं शोषण लाखों रुपयांचं झालं. मुंबईच्या जॉबचे ५ महिन्यांचे एक्सपीरियन्स लेटर मला बहाल करण्यात आले. उगाच मुंबईच्या एका ईस्ट वरून वेस्टला नेणाऱ्या पुलावर उभा राहून रुळांकडे बघत, 'तेरे बिन हो ना सकेगा गुजारा, मिल भी गये तो भी तय हे किनारा,' हे गाणे घरची आठवण काढत मनातल्या मनात मी गुणगुणायचो.

अखेर पुणे आणि त्यानंतर मुंबई सोडून मी माझ्या गावी विजयी मुद्रेने परतलो. मुंबईच्या खोलीची किल्ली माझ्या खिशातच राहिली. सकाळी सगळ्यात उशिरा मी निघालो. रात्री सगळे पाट्या टाकून परतल्यावर माझ्या नावाने बोंबा मारत होते. अखेर दरवाजा तोडण्यात आला आणि ते सगळे आत घुसले हे मला फोन वरून समजलं. मी घरी आलो. घरचे जेवण जेवलो आणि दुसऱ्या दिवशी शाळेत उन्हाळ्याच्या सुट्ट्या लागल्यावर पोरं मनमुराद क्रिकेटचा आनंद लुटतात तसा मी खुशाल माझ्या शाळेपासूनच्या मित्राला भेटून लहान-मोठ्या मुलांसोबत क्रिकेटचा आनंद लुटला. माझ्या मूळगावी (शहरातच) आल्यावर मुंबईच्या तुलनेत अत्यंत कमी गर्दी असल्याने माझे गाव मला 'घोस्ट टाऊन' असल्यासारखे वाटले. दोन मोठ्या शहरांमधल्या दोन जीवघेण्या नोकऱ्या सोडल्यावर माझा आनंद गगनात मावेनासा झाला.

- निखिल